കുട്ടികളും ആവർത്തനപ്പട്ടികയും

kuttikalum aavarthanapattikayum
science fiction

•

dr r prasannakumar

•

first edition
february 2020

•

typesetting & published
chintha publishers, thiruvananthapuram

•

•

cover
vinod mangoes

•

Distribution
DESHABHIMANI BOOK HOUSE
H O Thiruvananthapuram 695035
phone: 0471-2303026, 6063026
Email: chinthapublishers@gmail.com
Website: www.chinthapublishers.com

Branch

Head Office Kunnukuzhi • Statue Thiruvananthapuram • KSRTC Bus Station Alappuzha • KSRTC Bus Station Ernakulam • Machingal Lane Thrissur • IG Road Kozhikode • Mavoor Road Kozhikode • NGO Union Building Kannur • Central Bus Terminal Complex Thavakkara Kannur

---

CO - 2916 / 5212
ISBN - 978-93-89410-72-3

കുട്ടികളും ആവർത്തനപ്പട്ടികയും

(ശാസ്ത്രനോവൽ)

ഡോ. ആർ പ്രസന്നകുമാർ

ചിന്ത പബ്ലിഷേഴ്സ്
തിരുവനന്തപുരം-695 035
വില :

ഡോ. ആർ പ്രസന്നകുമാർ

കൊല്ലം ജില്ലയിൽ പരവൂരാണ് സ്വദേശം. ശാസ്ത്രാദ്ധ്യാപകനായി ഹൈസ്കൂളിലും തുടർന്ന് സീനിയർ ലക്ചറർ, പ്രിൻസിപ്പാൾ എന്നീ നിലകളിൽ ഡയറ്റിലും, സ്റ്റേറ്റ് പ്രോഗ്രാം ഓഫീസറായി സർവ്വശിക്ഷ അഭിയാനിലും സേവനം അനുഷ്ഠിച്ചിട്ടുണ്ട്. സീമാറ്റ് കേരളയിൽ ചീഫ് കോ-ഓർഡിനേറ്ററായും പ്രവർത്തിച്ചിട്ടുണ്ട്.

അദ്ധ്യാപനരംഗത്തെ നൂതന പരീക്ഷണങ്ങൾക്ക് NCERT യുടെ ദേശീയ അവാർഡ് ലഭിച്ചിട്ടുണ്ട്.

ചിന്ത പബ്ലിഷേഴ്സിന്റെ സ്കൂൾ പ്ലസ് പരിപാടിയുടെ ഭാഗമായി *പ്രകൃതിയും ജീവനും – ഉത്ഭവവും വികാസവും, ഹൈഡ്രജനും പറ യാനുണ്ട്* എന്നീ പുസ്തകങ്ങളും രചിച്ചിട്ടുണ്ട്. മഹാത്മാഗാന്ധിയുടെ 150-ാം ജന്മവാർഷികത്തോടനുബന്ധിച്ച് ചിന്ത പബ്ലിഷേഴ്സ് *ഗാന്ധി ജിയും പരിസ്ഥിതിയും* എന്ന പുസ്തകം പ്രസിദ്ധീകരിച്ചു.

സ്കൂൾപാഠ്യപദ്ധതി പരിഷ്കരണം, പാഠപുസ്തക നിർമ്മാണം എന്നിവയിൽ പങ്കെടുത്തിട്ടുണ്ട്. ശാസ്ത്രസഹവാസ ക്യാമ്പ്, ജൈവ വൈവിദ്ധ്യ ക്യാമ്പ്, സയൻസ് ക്ലബ് എന്നിവയ്ക്ക് വേണ്ടി കൈപ്പുസ്ത കങ്ങൾ രചിച്ചിട്ടുണ്ട്. ശാസ്ത്രകഥകൾ, ശാസ്ത്രനാടകങ്ങൾ എന്നി വയും രചിച്ചിട്ടുണ്ട്.

സർവ്വീസിൽനിന്ന് വിരമിച്ചശേഷം ത്രിതല പഞ്ചായത്തുകളുടെ വിദ്യാഭ്യാസ പ്രവർത്തനങ്ങളിലും, കില, എസ് സി ഇ ആർ ടി (SCERT) എന്നീ സ്ഥാപനങ്ങൾ നടത്തുന്ന ശില്പശാലകളിലും പരിശീലനങ്ങ ളിലും ഇടപെട്ട് പ്രവർത്തിച്ചുവരുന്നു.

ഭാര്യ   : ശോഭനകുമാരി
മക്കൾ   : ധന്യ, സുഹാസ്
വിലാസം   : അശ്വതി, കുറുമണ്ടൽ,
               പരവൂർ, കൊല്ലം
email   : rpkpillai@gmail.com
Phone   : 9446523801

ഉള്ളടക്കം

ആമുഖം   9

ആവർത്തനപ്പട്ടികയും കൂട്ടുകാരും   13

മെൻഡലിയേവിന്റെ കഥ   25

ആയിരത്തി എണ്ണൂറ്റി അറുപത്തി ഒമ്പത് മാർച്ച് 6   57

അദിതി കണ്ട സ്വപ്നം   83

പ്രസാധകക്കുറിപ്പ്

ഒരു അംഗീകൃത പാഠ്യപദ്ധതിയുടെ അടിസ്ഥാനത്തിലുള്ള പാഠ്യക്രമമനുസരിച്ചാണ് നമ്മുടെ സ്കൂൾ സമ്പ്രദായത്തിൽ പാഠ പുസ്തകങ്ങൾ തയ്യാറാക്കപ്പെടുന്നത്. അംഗീകൃത യോഗ്യതകൾ ഉള്ള അദ്ധ്യാപകർ അതു പഠിപ്പിക്കുന്നു. കുട്ടികൾ അതു പഠി ക്കുകയും വിവിധ നിലകളിൽ മാർക്കു നേടി വിജയം കരസ്ഥമാ ക്കുകയും ചെയ്യുന്നു. ഇതെല്ലാമായിട്ടും തങ്ങൾ പഠിക്കുന്ന പാഠ ങ്ങളുമായി ബന്ധപ്പെട്ട് അറിഞ്ഞിരിക്കേണ്ടതും പഠിച്ചിരിക്കേണ്ട തുമായ പല അറിവുകളും വിട്ടുപോകുന്നു. പാഠഭാഗങ്ങളിൽ പെട്ടതു തന്നെയും ദുർഗ്രാഹ്യവും വിരസവും ആയതുകൊണ്ട് അവ മനസ്സിൽ പതിയുകയോ അറിവു വളർത്തുകയോ ചെയ്യാതെ പോകുന്നു.

ഇതൊരു കുറവുതന്നെയാണ്. ഈ കുറവ് എങ്ങനെ പരി ഹരിക്കാം. അദ്ധ്യാപകരെന്ന നിലയിൽ സമർത്ഥരും എഴുത്തു കാരുമായ അദ്ധ്യാപകരുടെ കൂട്ടായ്മ ഈ വെല്ലുവിളി ഏറ്റെടു ക്കുവാൻ തയ്യാറായി. അതിന്റെ ഫലമാണ് *സ്കൂൾ പ്ലസ്* എന്ന പുസ്തകപരമ്പര. പാഠപുസ്തകത്തിൽനിന്ന് പകർന്നുകിട്ടുന്ന എല്ലാ അറിവിന്റെയും അനുബന്ധ വിവരങ്ങളാണ് ഈ പുസ്ത കങ്ങളുടെ ഉള്ളടക്കം. സുഗ്രാഹ്യമായും രസകരമായുമാണ് ഈ പുസ്തകങ്ങൾ രചിക്കപ്പെട്ടിരിക്കുന്നത്. ഓരോ ക്ലാസിലെയും

എല്ലാ കുട്ടികളുടെയും അറിവിന്റെ ചക്രവാളം വികസ്വരമാക്കു
വാനും അധികപുസ്തകങ്ങൾ തേടിപ്പിടിച്ചു വായിക്കുവാനും
ഈ പുസ്തകപരമ്പര സഹായകമാകും.

ആവർത്തനപ്പട്ടികയെ സംബന്ധിച്ച വിശദാംശങ്ങളാണ് *കുട്ടി
കളും ആവർത്തനപ്പട്ടികയും* എന്ന ഈ ഗ്രന്ഥത്തിലുള്ളത്.
ആവർത്തനപ്പട്ടിക നൂറ്റമ്പതുവർഷം പിന്നിട്ട ഈ വേളയിൽ
അതിന്റെ ചരിത്ര – വർത്തമാനകാല വിശദാംശങ്ങളെയും ഉപ
യോഗങ്ങളെയും രസകരമായ ഒരു ലഘുനോവലായി അവതരി
പ്പിക്കുകയാണീ ഗ്രന്ഥം. ശാസ്ത്രപഠനത്തിൽ പുതിയൊരു വഴി
ത്തിരിവു സൃഷ്ടിക്കുന്ന ഈ ഗ്രന്ഥം ഞങ്ങൾ അഭിമാനപൂർവ്വം
പ്രസിദ്ധീകരിക്കുന്നു.

ചിന്ത പബ്ലിഷേഴ്സ്

ആമുഖം

ചുറ്റുപാടും കാണുന്ന വസ്തുക്കളെ നിരീക്ഷിക്കാനും, പഠി
ക്കാനും, സവിശേഷതകളുടെ അടിസ്ഥാനത്തിൽ തരംതിരി
ക്കാനും മനുഷ്യൻ പണ്ടുമുതൽ തന്നെ ശ്രമം ആരംഭിച്ചിരുന്നു.
തരംതിരിക്കലിന് ചില മാനദണ്ഡങ്ങൾ വേണമല്ലോ. നിറം, മണം,
ആകൃതി, കാഠിന്യം തുടങ്ങിയ മാനദണ്ഡങ്ങളാണ് ആദ്യകാലത്ത്
ഉപയോഗിച്ചിരുന്നത്.

വസ്തുക്കളെക്കുറിച്ച് മാത്രമല്ല പ്രപഞ്ചത്തെക്കുറിച്ചും കൂടു
തൽ കാര്യങ്ങൾ അറിയാൻ മനുഷ്യൻ ശ്രമിച്ചു. ഈ പ്രപഞ്ചം
നിർമ്മിച്ചിട്ടുള്ളത് എങ്ങനെയാണ്? വസ്തുക്കളുടെ നിർമ്മാണ
ഘടകങ്ങൾ എന്തൊക്കെയാണ്? അങ്ങനെ നിരവധി കൗതുകമു
ണർത്തുന്ന ചോദ്യങ്ങൾ ഉയർന്നുവന്നു.

ഈ പ്രപഞ്ചത്തിലെ സർവ്വവും നിർമ്മിച്ചിട്ടുള്ളത് അതി
സൂക്ഷ്മകണങ്ങൾ കൊണ്ടാണെന്ന് ഗ്രീക്ക് തത്ത്വചിന്തകരായ
ഡെമോക്രിറ്റസ്, ല്യൂസിപ്പസ് എന്നിവരും ഭാരതത്തിലെ കണാ
ദൻ എന്ന മുനിയും പ്രസ്താവിച്ചു. 440 ബി സിയിലാണ് ഇത്തരം
ആശയങ്ങൾ ഉയർന്നുവന്നത്. വർഷങ്ങൾക്ക് ശേഷം 1807 ൽ
ജോൺ ഡാൾട്ടൻ എന്ന ഇംഗ്ലീഷ് രസതന്ത്രജ്ഞൻ ആറ്റം
സിദ്ധാന്തം കൊണ്ടുവന്നു. ഒരു മൂലകത്തിലെ ഏറ്റവും ചെറിയ
കണത്തിന് ആറ്റം എന്ന പേര് നല്കിയത് അദ്ദേഹമാണ്.

ആറ്റത്തിന്റെ സവിശേഷതകൾ അദ്ദേഹം വ്യാഖ്യാനിച്ചു. മൂലകത്തിന്റെ ആറ്റത്തിന് ഭാരമുണ്ടെന്ന് ജോൺ ഡാൾട്ടൺ പറഞ്ഞു. ഒരേയിനം ആറ്റങ്ങൾ അടങ്ങിയ വസ്തുക്കളാണ് മൂല കങ്ങൾ എന്ന നിർവ്വചനം അദ്ദേഹം കൊണ്ടുവന്നു. വ്യത്യസ്ത മൂലകങ്ങളുടെ ആറ്റങ്ങൾക്ക് വ്യത്യസ്തമായ അറ്റോമിക ഭാരമു ണ്ടെന്ന് അദ്ദേഹം പ്രസ്താവിച്ചു. ലളിതമായ അറ്റോമിക അനു പാതത്തിലാണ് മൂലകങ്ങൾ സംയോജിക്കുന്നത് എന്ന് അദ്ദേഹം ചിന്തിച്ചു. ഹൈഡ്രജന്റെ അറ്റോമിക ഭാരം ഒന്ന് എന്നത് അടി സ്ഥാനമാക്കി അന്നറിയപ്പെട്ടിരുന്ന മൂലകങ്ങളുടെ അറ്റോമികഭാര ങ്ങൾ ചേർത്ത് ഒരു പട്ടിക അദ്ദേഹം തയ്യാറാക്കി.

കൂടുതൽ മൂലകങ്ങൾ കണ്ടെത്തിയതോടെ വിവിധ മാനദ ണ്ഡങ്ങൾ ഉപയോഗിച്ചു അവയെ വർഗ്ഗീകരിക്കാനുള്ള ശ്രമവും തുടങ്ങി. നിരവധി ശാസ്ത്രജ്ഞന്മാർ മൂലകങ്ങളെ വർഗ്ഗീകരി ക്കാൻ ശ്രമിച്ചുവെങ്കിലും അതിൽ ശാസ്ത്രീയമായ രീതി അവലം ബിക്കുകയും വിജയം കൈവരിക്കുകയും ചെയ്ത ശാസ്ത്രജ്ഞ നാണ് ദിമിത്രി മെൻഡലിയേവ്. 1869 മാർച്ച് ആറിനാണ് മൂലക ങ്ങളെ വർഗ്ഗീകരിച്ച് തയ്യാറാക്കിയ ആവർത്തനപ്പട്ടിക മെൻഡലി യേവ് ശാസ്ത്രലോകത്തിന് സമർപ്പിച്ചത്. അങ്ങനെ മൂലക ങ്ങൾക്കും ഒരു ബഹുനില കൊട്ടാരം നിലവിൽവന്നു. റഷ്യൻ ശാസ്ത്രജ്ഞനാണ് മെൻഡലിയേവ്.

ഏറെ നാളത്തെ പരിശ്രമഫലമായിട്ടാണ് മൂലകങ്ങളെ വർഗ്ഗീ കരിക്കാൻ മെൻഡലിയേവിനായത്. അദ്ദേഹത്തിന്റെ കാലഘട്ട ത്തിൽ ആറ്റത്തിന്റെ ഉള്ളറയിലേക്ക് മനുഷ്യൻ കടന്നു കയറിയി ട്ടില്ലായിരുന്നു. ആകെ അറിയാവുന്നത് അറ്റോമിക ഭാരത്തെക്കു റിച്ചായിരുന്നു. മൂലകങ്ങളുടെ സകല ഗുണഗണങ്ങൾക്കും കാരണം അറ്റോമിക ഭാരമാണെന്നാണ് എല്ലാ ശാസ്ത്രജ്ഞ ന്മാരും അന്ന് വിശ്വസിച്ചിരുന്നത്.

അറ്റോമിക ഭാരം മാനദണ്ഡമായി എടുത്തുകൊണ്ടാണ് മെൻഡലിയേവ് മൂലകങ്ങളെ വർഗ്ഗീകരിച്ചത്. ഇന്നറിയപ്പെടുന്ന മൂലകങ്ങൾ 118 ആണെന്ന് നിങ്ങൾക്കറിയാം. മെൻഡലിയേവിന്റെ കാലത്ത് 63 മൂലകങ്ങളെക്കുറിച്ചു മാത്രമേ അറിവുണ്ടായിരുന്നുള്ളൂ.

അറ്റോമിക ഭാരത്തിന്റെ ഏറ്റക്കുറച്ചിലുകളുടെ അടിസ്ഥാനത്തിൽ സമാനഗുണങ്ങളുള്ള മൂലകങ്ങളെ വർഗ്ഗീകരിച്ച് ക്രമീകരിച്ചിരിക്കുന്ന പട്ടികയാണ് മെൻഡലിയേവിന്റെ ആവർത്തനപ്പട്ടിക. രസതന്ത്രത്തിലെ മഹത്തായ കണ്ടുപിടിത്തങ്ങളിലൊന്നായിരുന്നു അത്.

ആവർത്തനപ്പട്ടിക പിറന്നിട്ട് നൂറ്റിയമ്പതുവർഷം തികയുകയാണ്. ലോകമെമ്പാടും കുട്ടികളും അദ്ധ്യാപകരും, ഗവേഷകരും ആവർത്തനപ്പട്ടികയുടെ നൂറ്റിയമ്പതുവർഷം ആഘോഷിക്കുകയാണ്. ഈ അവസരത്തിലാണ് *കുട്ടികളും ആവർത്തനപ്പട്ടികയും* എന്ന പുസ്തകം നിങ്ങളുടെ മുന്നിലെത്തുന്നത്. ഒരു കുഞ്ഞുനോവലായിട്ടാണ് ഇത് രചിക്കപ്പെട്ടിട്ടുള്ളത്.

സ്കൂൾ സയൻസ് ക്ലബ് പ്രവർത്തനങ്ങളിൽ നിന്നാണ് തുടക്കം. അദിതിയും കൂട്ടുകാരും മൂലകങ്ങളും മെൻഡലിയേവു മൊക്കെ കഥാപാത്രങ്ങളായി വന്ന് മൂലകകൊട്ടാരത്തെക്കുറിച്ചുള്ള അറിവുകൾ നിങ്ങളുമായി പങ്കുവയ്ക്കുകയാണ്. നിങ്ങൾക്കും അവരോടൊപ്പം സംവദിക്കാം.

മെൻഡലിയേവിന്റെ ജീവിതകഥയുടെ പശ്ചാത്തലത്തിലാണ് നോവൽ വികസിക്കുന്നത്. വർഗ്ഗീകരണവുമായി ബന്ധപ്പെട്ട എല്ലാ ശ്രമങ്ങളും ചർച്ചചെയ്യപ്പെടുന്നുണ്ട്. മൂലക വർഗ്ഗീകരണവുമായി ബന്ധപ്പെട്ട് മെൻഡലിയേവ് കടന്നുപോയ വഴികൾ, അദ്ദേഹത്തിന്റെ ജീവിത വീക്ഷണങ്ങൾ, സംഭാവനകൾ എന്നിവയൊക്കെ മനസ്സിലാക്കാൻ അവസരമുണ്ട്. അദ്ദേഹത്തിന്റെ ആവർത്തനപ്പട്ടികയുടെ വളർച്ചയും തുടർന്നുണ്ടാകുന്ന ആധുനിക ആവർത്തനപ്പട്ടികയും ചർച്ചയ്ക്ക് വിധേയമാക്കുന്നുണ്ട്.

ആവർത്തനപ്പട്ടിക കുട്ടികൾക്കെന്നപോലെ മുതിർന്നവർക്കും കൗതുകം ഉണർത്തുന്ന ഒന്നാണ്. ശാസ്ത്രപഠനവുമായി ബന്ധപ്പെട്ട് പുതിയ വായനാനുഭവങ്ങൾ ഈ പുസ്തകം നിങ്ങൾക്ക് പ്രദാനം ചെയ്യുമെന്ന് പ്രത്യാശിക്കുന്നു.

ഡോ. ആർ പ്രസന്നകുമാർ

ആവർത്തനപ്പട്ടികയും കൂട്ടുകാരും

ഒരു ശനിയാഴ്ച ദിവസം. രാവിലെ ഒൻപത് മണിയായി കാണും. സ്കൂൾ അവധിയായിട്ടും അദിതിയും, അൽഫുവും ശിവാനിയും വീട്ടിൽ നിന്നിറങ്ങി. അവർ അയൽക്കാരാണ്.

മൂവരും സൈക്കിലിലാണ് യാത്ര. വഴിയിൽ വച്ച് അവർ അർ ജ്ജുനനെയും അഭിമന്യുവിനെയും കണ്ടുമുട്ടി. അവരും സൈക്കി ലിലാണ് വരവ്.

സ്കൂൾ സയൻസ് ക്ലബ്ബിന്റെ നേതൃത്വത്തിൽ പരിപാടി ഉണ്ട്. പ്രദർശനവും പ്രഭാഷണവും. അതിന്റെ സംഘാടനത്തിനാണ് അവർ പോകുന്നത്.

അദിതിയാണ് സയൻസ് ക്ലബ് സെക്രട്ടറി, അഭിമന്യു പ്രസി ഡന്റും. ശിവാനിയും അൽഫുവും അർജ്ജുനനുമൊക്കെ ക്ലബ്ബിന്റെ ഭാരവാഹികളാണ്.

അവർ സ്കൂളിൽ എത്തി. ഹെഡ് ടീച്ചറും, ടീച്ചർമാരും എത്തിയിട്ടുണ്ട്. അവർ നേരെ ഹാളിലേക്ക് പോയി.

"അതാ അവിടെ സൈജ ടീച്ചർ." അദിതി പറഞ്ഞു. സൈജ ടീച്ചർക്കാണ് സയൻസ് ക്ലബ്ബിന്റെ ചുമതല.

സൈജ ടീച്ചറുടെ നേതൃത്വത്തിൽ ടീച്ചർമാരും, രക്ഷാകർ ത്താക്കളും ഹാൾ ഒരുക്കുകയാണ്. മറ്റ് കുട്ടികളും വന്നുകൊ

ണ്ടിരിക്കുന്നു.

"എല്ലാവരും എത്തിയല്ലോ? നമുക്ക് പ്രദർശനത്തിനുള്ള ചാർട്ടുകളും വസ്തുക്കളും ക്രമീകരിക്കാം." സൈജ ടീച്ചർ പറഞ്ഞു.

"ഇരിപ്പിടമൊക്കെ കൃത്യമായി. ഇനി ബാനർ കെട്ടാം." ഹെഡ് ടീച്ചർ മറ്റുള്ളവരോട് പറഞ്ഞു.

ഗ്രീൻ പ്രോട്ടോകോൾ അനുസരിച്ച് പരിപാടി നടത്തുവാൻ ഹെഡ് ടീച്ചർ പ്രത്യേകം ശ്രദ്ധിക്കുന്നുണ്ട്.

"നൂറ്റിപ്പതിനെട്ട് ചാർട്ടുകൾ ഉണ്ട് തൂക്കി ഇടുവാൻ" സൈജ ടീച്ചർ പറഞ്ഞു.

"നൂറ്റിപ്പതിനെട്ട് മൂലകങ്ങളാണ് ഇതുവരെ കണ്ടെത്തിയിട്ടു ള്ളത്. അതുകൊണ്ടാണ് നൂറ്റിപ്പതിനെട്ട് ചാർട്ടുകൾ തയ്യാറാക്കി യിട്ടുള്ളത്." ശിവാനി കൂട്ടുകാരോട് പറഞ്ഞു.

ടീച്ചർമാരും രക്ഷിതാക്കളും കുട്ടികളും ചേർന്ന് ചാർട്ടുകൾ ക്രമീകരിച്ചു. ഒരു ചാർട്ട് ഒരു മൂലകത്തിന് എന്ന രീതിയിലാണ് തയ്യാറാക്കിയിട്ടുള്ളത്. മൂലകത്തിന്റെ പേര്, പ്രതീകം, അറ്റോമിക നമ്പർ, മാസ് നമ്പർ, അറ്റോമിക മാസ്, പ്രധാന ഗുണധർമ്മ ങ്ങൾ എന്നിവ ചുരുക്കി വ്യക്തമായി ഓരോ ചാർട്ടിലും രേഖ പ്പെടുത്തിയിട്ടുണ്ട്. ടീച്ചർമാരുടെ സഹായത്തോടെ കുട്ടികൾ തന്നെയാണ് ചാർട്ടുകൾ തയ്യാറാക്കിയത്.

വിവിധ നിറമുള്ള ചാർട്ടുകൾ, വിവിധ നിറങ്ങളിൽ അക്ഷ രങ്ങൾ. ചാർട്ടുകൾ നിരന്നപ്പോൾ ഹാളാകെ ആകർഷകമായി. മൂലകങ്ങളുടെ ലഭ്യമായ സാമ്പിളുകളും ചാർട്ടിന് താഴെ പ്രദർശി പ്പിച്ചിട്ടുണ്ട്.

വേദിയിലെ ബാനറിൽ ഇങ്ങനെ എഴുതിയിട്ടുണ്ട്.

'ആവർത്തനപ്പട്ടിക നൂറ്റിയമ്പതാം വാർഷികാചരണം.' എല്ലാ വരുടെയും ശ്രദ്ധപിടിച്ചുപറ്റിക്കൊണ്ട് ബാനർ തിളങ്ങിനിന്നു.

വേദിയിൽ വലിയൊരു ചിത്രം പ്രദർശിപ്പിച്ചിട്ടുണ്ട്. അത് മെൻഡലിയേവിന്റെ ചിത്രമാണ്. ആവർത്തനപ്പട്ടികയുടെ പിതാ വാണ് അദ്ദേഹം.

"പത്തുമണിക്ക് തന്നെ നമുക്ക് പ്രദർശനം തുടങ്ങണം.

ഉദ്ഘാടനത്തിന് പഞ്ചായത്ത് പ്രസിഡന്റ് എത്തിയിട്ടുണ്ട്."
ഹെഡ് ടീച്ചർ അറിയിച്ചു.

"രക്ഷിതാക്കളും കുട്ടികളുമൊക്കെ എത്തിച്ചേർന്നിട്ടുണ്ട്.
പത്തുമണിക്കു തന്നെ തുടങ്ങാം.." സൈജ ടീച്ചർ പറഞ്ഞു.

സ്കൂളിലെ ക്ലാസ് മുറികളും ഹാളുമൊക്കെ ഹൈടെക്
ആക്കിയിട്ടുണ്ട്. സർക്കാരിന്റെയും, പഞ്ചായത്തിന്റെയും, രക്ഷി
താക്കളുടെയും, പൂർവ്വവിദ്യാർത്ഥികളുടെയുമൊക്കെ സഹായം
ഇതിനു വേണ്ടി സ്കൂളിന് ലഭിച്ചിട്ടുണ്ട്.

പഞ്ചായത്ത് പ്രസിഡന്റ് കൃത്യം പത്തുമണിക്കു തന്നെ
ഹാളിൽ വന്നു. ഹെഡ് ടീച്ചർ അദ്ദേഹത്തെ സ്വാഗതം ചെയ്തു
കൊണ്ട് സംസാരിച്ചു. ഉദ്ഘാടനയോഗത്തിൽ അദ്ധ്യക്ഷ സ്ഥാനം
അദിതിക്കായിരുന്നു. പഞ്ചായത്ത് പ്രസിഡന്റ് പ്രദർശനം ഉദ്ഘാ
ടനം ചെയ്തു. വാർഡ് മെമ്പർ ആശംസകൾ നേർന്നു.

ചാർട്ടുകൾ നിരീക്ഷിക്കാനും വിവരങ്ങൾ ശേഖരിക്കാനും
കുട്ടികൾ ചിട്ടയോടെ വരിവരിയായി നിന്നു. സയൻസ് ക്ലബ് അംഗ
ങ്ങൾ കുട്ടികളുടെ ചോദ്യങ്ങൾക്ക് മറുപടി നല്കി. ടീച്ചർമാരും
അവരോടൊപ്പം ചേർന്നു.

രക്ഷിതാക്കളും പഞ്ചായത്ത് പ്രസിഡന്റും വാർഡ് മെമ്പറും
പ്രദർശനം കണ്ടു. ചോദ്യം ചോദിക്കാൻ അവരും കൂടി.

സയൻസ് ക്ലബ് അംഗങ്ങൾ മുൻകൂട്ടി തന്നെ നൂറ്റിപ്പതിനെട്ട്
മൂലകങ്ങളുടെയും വിവരങ്ങൾ ശേഖരിച്ച് ചർച്ച ചെയ്ത് മനസ്സി
ലാക്കി വച്ചിരുന്നു. ചാർട്ടിൽ രേഖപ്പെടുത്തിയ വിവരങ്ങൾ സംബ
ന്ധിച്ച ചോദ്യങ്ങൾക്ക് സയൻസ്ക്ലബ് അംഗങ്ങൾ കൃത്യമായി
മറുപടി പറഞ്ഞു.

ചില മൂലകങ്ങൾ കുട്ടികൾക്ക് പരിചിതമാണ്. പലതും പുതു
തായി കേൾക്കുന്ന മൂലകങ്ങളായിരുന്നു. പ്രദർശനം കുട്ടികൾക്ക്
ഏറെ ഇഷ്ടപ്പെട്ടു. അവരുടെ പ്രതികരണങ്ങൾ രക്ഷിതാക്കൾ
ശ്രദ്ധിച്ചു.

"മുഖ്യപ്രഭാഷകൻ ഡോ. സുഹാസ് എത്തിച്ചേർന്നിട്ടുണ്ട്.
പ്രഭാഷണത്തിനു ശേഷം പ്രദർശനം തുടരും. എല്ലാവരും ഇരി
പ്പിടങ്ങളിൽ ഇരിക്കുക." മൈക്കിലൂടെ ഹെഡ് ടീച്ചറുടെ നിർദ്ദേ

ശമാണ്.

പട്ടണത്തിലെ കോളേജിലെ രസതന്ത്രവിഭാഗത്തിലെ അദ്ധ്യാ പകനാണ് ഡോ. സുഹാസ്. അദ്ദേഹം സ്കൂളിലെ പൂർവ്വ വിദ്യാർത്ഥിയാണ്. അഭിമന്യുവിന്റെ അദ്ധ്യക്ഷതയിൽ പ്രഭാഷ ണത്തിനുള്ള നടപടികൾ ആരംഭിച്ചു. അദിതി സ്വാഗതം പറഞ്ഞു. ഹെഡ് ടീച്ചർ പ്രഭാഷകനെ സദസ്സിന് പരിചയപ്പെടുത്തി.

സ്ലൈഡുകൾ പ്രദർശിപ്പിച്ചുകൊണ്ടാണ് അദ്ദേഹം പ്രഭാ ഷണം നടത്തിയത്. സദസ്സ് ശ്രദ്ധയോടെ അദ്ദേഹം പറയുന്നത് കേട്ടുകൊണ്ടിരുന്നു.

"മൂലകങ്ങളുടെ ബഹുനില കൊട്ടാരം. അതാണ് ആവർത്തന പ്പട്ടിക." അദ്ദേഹം ചിരിച്ചുകൊണ്ട് ക്ലാസ് തുടങ്ങി.

കണ്ടാൽ കൊട്ടാരമെന്ന് തോന്നുംവിധം ആവർത്തനപ്പട്ടിക യുടെ ഒരു ചിത്രം അദ്ദേഹം പ്രദർശിപ്പിച്ചു.

"എല്ലാവർക്കും ഇഷ്ടപ്പെട്ടോ?" കുട്ടികൾ "ഇഷ്ടപ്പെട്ടു" എന്ന് ഉറക്കെ പറഞ്ഞു.

"ആവർത്തനപ്പട്ടികയുടെ പിതാവ് ആരാണ്?"

"മെൻഡലിയേവ്." കുട്ടികൾ പറഞ്ഞു.

"അതെ. മെൻഡലിയേവ് തന്നെ. റഷ്യയിൽ ജനിച്ച ദിമിത്രി മെൻഡലിയേവ്. അദ്ദേഹം മൂലകങ്ങളുടെ ഗുണധർമ്മങ്ങളെ അറ്റോമിക ഭാരത്തിന്റെ അടിസ്ഥാനത്തിൽ വിശകലനം ചെയ്തു. മൂലകങ്ങളെ വർഗ്ഗീകരിക്കാനുള്ള ശ്രമത്തിന്റെ ഭാഗമായിട്ടാണ് അത്തരമൊരു പഠനം അദ്ദേഹം നടത്തിയത്."

"മെൻഡലിയേവിന്റെ കാലഘട്ടത്തിൽ 63 മൂലകങ്ങൾ കണ്ടെ ത്തിയിരുന്നു. അവയെ അറ്റോമിക ഭാരത്തിന്റെ ആരോഹണ ക്രമത്തിൽ അടുക്കാൻ ശ്രമിച്ചു."

"ദീർഘനാളത്തെ ശ്രമം. ഒടുവിൽ അത് സംഭവിച്ചു. മൂലക ങ്ങൾ ഒളിപ്പിച്ചിരുന്ന ഒരു രഹസ്യം അദ്ദേഹം കണ്ടെത്തി. എന്താ ണെന്നോ?"

അദ്ദേഹം സദസ്സിനെയാകെ പരതി നോക്കി. എന്നിട്ടു പറ ഞ്ഞു.

"മൂലകങ്ങളെ അവയുടെ അറ്റോമിക ഭാരത്തിന്റെ ആരോഹണക്രമത്തിൽ അടുക്കുമ്പോൾ ഗുണധർമ്മങ്ങൾ

ആവർത്തിക്കപ്പെടുന്നു. പ്രത്യേക ഇടവേളകളിലാണ് ഗുണധർമ്മ ങ്ങൾ ആവർത്തിക്കപ്പെടുന്നത്. ഒരേ ഗുണധർമ്മങ്ങൾ കാണി ക്കുന്നവർ ഒരേ നിരകളിൽ വരുന്നു."

"ഈ നിരീക്ഷണത്തിന്റെ അടിസ്ഥാനത്തിലാണ് അദ്ദേഹം ആവർത്തനപ്പട്ടിക തയ്യാറാക്കിയത്. പ്രത്യേക ഇടവേളകളിൽ മൂല കങ്ങളുടെ ഗുണധർമ്മങ്ങൾ ആവർത്തിക്കപ്പെടുന്നു. അതുകൊ ണ്ടാണ് പട്ടികയ്ക്ക് പീരിയോധിക് ടേബിൾ എന്ന പേർ മെൻഡ ലിയേവ് നല്കിയത്. നാമതിനെ ആവർത്തനപ്പട്ടിക എന്നു വിളി ക്കുന്നു."

"അദ്ദേഹം ആവർത്തന നിയമവും പ്രസ്താവിച്ചു. എന്താ ണത്? മൂലകങ്ങളുടെ രാസികവും ഭൗതികവുമായ ഗുണധർമ്മ ങ്ങൾ അവയുടെ അറ്റോമിക ഭാരത്തിന്റെ ആവർത്തന ഫലനങ്ങ ളാണ്. അതാണ് മെൻഡലിയേവിന്റെ ആവർത്തനനിയമം."

പ്രഭാഷണത്തോടൊപ്പം സ്ലൈഡുകളും സ്ക്രീനിൽ ക്രമ മായി നീങ്ങിക്കൊണ്ടിരുന്നു.

പിന്നീടദ്ദേഹം പീരീഡുകളെക്കുറിച്ചും, ഗ്രൂപ്പുകളെക്കുറിച്ചു മൊക്കെ വിശദീകരിക്കാൻ തുടങ്ങി.

"1871ൽ മെൻഡലിയേവ് പട്ടിക വിപുലീകരിച്ചു. കുത്തനെയും വിലങ്ങനെയുമുള്ള നിരകളെ ക്രമീകരിച്ചു. ആവർത്തനപ്പട്ടിക യിൽ കുത്തനെയുള്ള നിരകളാണ് ഗ്രൂപ്പുകൾ. വിലങ്ങനെയു ള്ളതാണ് പീരിയഡുകൾ. മൂലകങ്ങളുടെ വലിയ കൊട്ടാരത്തിൽ ഓരോ മൂലകത്തിനും ഓരോ മുറിയുണ്ട്. കുത്തനെയുള്ള മുറി കളിൽ വസിക്കുന്നവർക്ക് ഗുണധർമ്മങ്ങളിൽ സാദൃശ്യം. ഓരോരോ കുടുംബങ്ങളാണവ."

സുഹാസ് മാഷ് മെൻഡലിയേവിന്റെ ആവർത്തനപ്പട്ടിക യുടെ നന്മകളും ദോഷങ്ങളും അവതരിപ്പിച്ചു. അദ്ദേഹം സദസ്സി നോട് ചോദിച്ചു."രണ്ടു പ്രവചനങ്ങൾ അദ്ദേഹം നടത്തി. ഇനിയും മൂലകങ്ങൾ കണ്ടെത്തേണ്ടതുണ്ട്. അതായിരുന്നു ഒരു പ്രവചനം. കണ്ടെത്തേണ്ട മൂലകങ്ങളുടെ ഗുണധർമ്മങ്ങളെക്കുറിച്ചും അദ്ദേഹം പ്രവചനം നടത്തി. അതായിരുന്നു രണ്ടാമത്തെ പ്രവ ചനം. ചില മൂലകങ്ങളുടെ അറ്റോമിക ഭാരങ്ങൾ ക്രമം പാലിക്കു

ന്നില്ല എന്നു അദ്ദേഹം കണ്ടെത്തി. അവ കൃത്യമാക്കിയെടുത്തു. പിന്നീടത് ശരിയാണെന്നും തെളിഞ്ഞു.''

"ഉദാഹരണത്തിന് ടെലൂറിയത്തിന്റെ കാര്യമെടുക്കാം. അതിന്റെ അറ്റോമിക ഭാരം 128 ആണെന്നാണ് ധരിച്ചിരിക്കുന്നത്. അതാകാനിടയില്ല എന്ന് മെൻഡലിയേവ് പറഞ്ഞു. ടെലൂറിയ ത്തിന്റെ അറ്റോമികഭാരം 123 നും 126 നും ഇടയിലാകണം എന്ന് അദ്ദേഹം ചൂണ്ടിക്കാട്ടി.''

മെൻഡലിയേവിന്റെ ആവർത്തനപ്പട്ടികയുടെ ചില ദോഷ വശങ്ങളെക്കുറിച്ചും മാഷ് സംസാരിച്ചു.

ചില സ്ഥലങ്ങളിൽ അറ്റോമിക ഭാരത്തിന്റെ ആരോഹണ ക്രമം തെറ്റിച്ച് മൂലകങ്ങളെ ക്രമീകരിച്ചിരിക്കുന്നു. ഒരു പ്രധാന ദോഷം ഇതാണ്. ഉദാഹരണം ടെലൂറിയവും അയോഡിനും.''

"1869 ൽ മെൻഡലിയേവിന്റെ ആവർത്തനപ്പട്ടിക പിറന്നു. ഇന്നേക്കു നൂറ്റി അമ്പത് വർഷം തികയുന്നു. അതുകൊണ്ട് നൂറ്റി അമ്പതാം വാർഷികം നമ്മളാചരിക്കുന്നു. ലോകമെമ്പാടും ആച രിക്കുന്നു. 175 വർഷം തികയുമ്പോൾ നിങ്ങൾക്കെത്ര വയ സ്സാകും? ഇരുന്നൂറാം വാർഷികം ആചരിക്കുമ്പോഴോ?''

ഡോ. സുഹാസിന്റെ ചോദ്യം കേട്ട് എല്ലാവരും അവരുടെ വയസ്സിനെക്കുറിച്ച് ചിന്തിക്കാൻ തുടങ്ങി. ചിലരൊക്കെ അന്നത്തെ പ്രായം വിളിച്ചുപറയാൻ ശ്രമിച്ചു.

ഉത്തരങ്ങൾക്ക് കാത്തുനില്ക്കാതെ അദ്ദേഹം ആധുനിക ആവർത്തനപ്പട്ടികയിലേക്ക് കടന്നു.

"1913–14 ൽ ഹെൻറി മോസ്ലി എന്ന ശാസ്ത്രജ്ഞൻ അറ്റോ മിക ഭാരമല്ല അറ്റോമിക സംഖ്യയാണ് മൂലകങ്ങളുടെ ഗുണധർമ്മ ങ്ങൾക്കാധാരം എന്ന് കണ്ടെത്തി. അങ്ങനെ മൂലകങ്ങളെ അറ്റോ മിക സംഖ്യയുടെ ആരോഹണക്രമത്തിൽ ക്രമീകരിച്ചു.

അറ്റോമിക സംഖ്യയുടെ ആരോഹണക്രമത്തിൽ മൂലക ങ്ങളെ അടുക്കിയപ്പോൾ മെൻഡലിയേവിന്റെ ആവർത്തനപ്പട്ടിക ആധുനിക ആവർത്തനപ്പട്ടികയിലേക്ക് പരിവർത്തനം ചെയ്യ പ്പെട്ടു. വലിയ മാറ്റങ്ങളൊന്നും പട്ടികയ്ക്ക് സംഭവിച്ചില്ല. മെൻഡ ലിയേവിന്റെ ആവർത്തനപ്പട്ടികയുടെ മികവുകൾ നിലനില്ക്കു

കയും പരിമിതികൾ ഇല്ലാതാക്കുകയും ചെയ്തു. അതാണ് സംഭ
വിച്ചത്." സുഹാസ് മാഷ് തുടർന്നു.

"മെൻഡലിയേവിന് മുമ്പ് മൂലകങ്ങളെ വർഗ്ഗീകരിക്കുന്നതി
നുള്ള ശ്രമം ഉണ്ടായിട്ടുണ്ടോ?" അദ്ദേഹം കുട്ടികളോട്
ചോദിച്ചു.

"ഉണ്ട്." കുട്ടികൾ പറഞ്ഞു.

"ബി സി 400 ൽ ഗ്രീക്കുകാർ ഒരു ശ്രമം നടത്തിയിരുന്നു.
അവർ ചുറ്റും കാണുന്ന പദാർത്ഥങ്ങളെ ആകാശം, ജലം, തീ,
ഭൂമി എന്നിങ്ങനെ തരംതിരിച്ചു."

"പിന്നീട് ശ്രദ്ധയിൽപ്പെട്ട ഒരു വർഗ്ഗീകരണം നടത്തിയത്
ആധുനിക രസതന്ത്രത്തിന്റെ പിതാവ് എന്നറിയപ്പെടുന്ന അന്റോ
യിൻ ലാവോസിയെ ആയിരുന്നു."

"ലോഹങ്ങൾ, അലോഹങ്ങൾ, വാതകങ്ങൾ, എർത്ത്സ്
എന്നിങ്ങനെ പദാർത്ഥങ്ങളെ നാലായി അദ്ദേഹം തരംതിരിച്ചു.
1789 ലാണ് ഇങ്ങനെയൊരു വർഗ്ഗീകരണം പുറത്തുവന്നത്."

"1817 ൽ മൂലകങ്ങളെ ത്രികങ്ങൾ-triads ആയി വർഗ്ഗീകരി
ച്ചുകൊണ്ട് ജോഹാൻ വുൾഫ്ഗാങ് ഡൊബെറൈനർ മുന്നോട്ട്
വന്നു. ത്രികത്തിലെ നടുവിലെ മൂലകത്തിന്റെ ഗുണധർമ്മങ്ങൾ
ഒന്നാമത്തെയും മൂന്നാമത്തെയും മൂലകങ്ങളുടെ ഗുണധർമ്മങ്ങളു
ടെയും ശരാശരിയാണെന്ന് അദ്ദേഹം സമർത്ഥിക്കാൻ ശ്രമിച്ചു.
ഓരോ ത്രികത്തിലേയും നടുവിലെ മൂലകത്തിന്റെ അറ്റോമിക
ഭാരം മറ്റ് രണ്ട് മൂലകങ്ങളുടെയും അറ്റോമിക ഭാരത്തിന്റെ ശരാ
ശരിയാണെന്ന് അദ്ദേഹം പറഞ്ഞു."

"പട്ടിക നോക്കൂ. ലിഥിയം, സോഡിയം, പൊട്ടാസ്യം ഒരു
ത്രികമാണ്. ഇവിടെ സോഡിയം നടുവിലെ മൂലകമാണ്. അതിന്റെ
അറ്റോമികഭാരം ലിഥിയത്തിന്റെയും പൊട്ടാസ്യത്തിന്റെയും
അറ്റോമികഭാരങ്ങളുടെ ശരാശരിയാണ്. അതുകൊണ്ട് സോഡി
യത്തിന്റെ ഗുണധർമ്മങ്ങൾ ലിഥിയത്തിന്റെയും പൊട്ടാസ്യത്തി
ന്റെയും ഗുണധർമ്മങ്ങളുടെ ശരാശരിയാണ്." അദ്ദേഹം സമർ
ത്ഥിച്ചു.

"ക്ലോറിൻ, ബ്രോമിൻ, അയോഡിൻ ഒരു ത്രികമാണ്. ഇവിടെ

ബ്രോമിൻ നടുവിലെ മൂലകമാണ്. അതിന്റെ ഗുണധർമ്മങ്ങൾ ക്ലോറിന്റെയും അയോഡിന്റെയും ഗുണധർമ്മങ്ങളുടെ ശരാശരി യാണെന്നു അദ്ദേഹം വിശദീകരിച്ചു."

ലിഥിയം 7	സോഡിയം 23	പൊട്ടാസ്യം 39
ക്ലോറിൻ 35.5	ബ്രോമിൻ 80	അയോഡിൻ 127
കാത്സ്യം 40	സ്ട്രോൺഷ്യം 87	ബേരിയം 137

"ഇത്തരത്തിൽ മറ്റൊരു ത്രികം കൂടി അദ്ദേഹം കണ്ടെത്തി. കാൽസ്യം, സ്ട്രോൺഷ്യം, ബേരിയം എന്ന ത്രികം. അതും അദ്ദേഹം വിശദീകരിച്ചു. പക്ഷേ, എല്ലാ മൂലകങ്ങളെയും ത്രിക ങ്ങളായി തരംതിരിക്കാൻ അദ്ദേഹത്തിനു കഴിഞ്ഞില്ല."

ജോഹാൻ ഡൊബെറൈനറും ത്രികങ്ങളും

"1862 ൽ ഡിഷാൻ കോർത്വ എന്ന ശാസ്ത്രജ്ഞൻ മൂലക ങ്ങളെ ഒരു വൃത്തസ്തംഭത്തിനു ചുറ്റും സർപ്പിളാകൃതിയിൽ ക്രമീ കരിച്ചു. അറ്റോമിക ഭാരത്തിന്റെ ആരോഹണക്രമത്തിലാണ്

അടുക്കിയത്. എന്താണ് അദ്ദേഹം കണ്ടെത്തിയത്? ഒരേ ഗുണധർമ്മങ്ങൾ ഉള്ള മൂലകങ്ങൾ ഒരു വരിയിൽ താഴെ

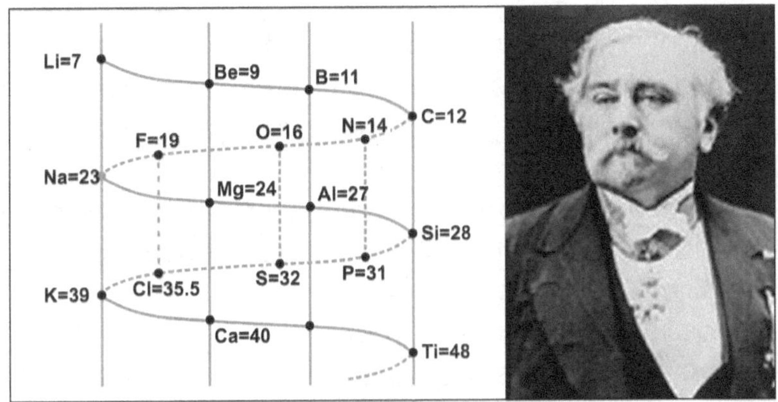

ഡിഷാൻ കോർത്തയും ടെല്ലൂറിക് ഹെലിക്സും

ത്താഴെയായി വരുന്നതു കണ്ടു. 'ടെല്ലൂറിക് ഹെലിക്സ്' എന്നാണ് അദ്ദേഹം ഇതിന് നല്കിയ പേര്.

"1865 ൽ ജോൺ ന്യൂലാൻഡ്സ് അന്നറിയപ്പെട്ടിരുന്ന 56 മൂലകങ്ങളെ അറ്റോമിക ഭാരത്തിന്റെ ആരോഹണക്രമത്തിൽ അടുക്കി. അദ്ദേഹം ഒരു സവിശേഷത കണ്ടു. ഓരോ എട്ടാമത്തെ മൂലകവും ആദ്യത്തെ മൂലകത്തിന്റെ ഗുണധർമ്മങ്ങൾ കാണി

H	F	Cl	Co/Ni	Br	Pd	I	Pt/Ir
Li	Na	K	Cu	Rb	Ag	Cs	Tl
Ga	Mg	Ca	Zn	Sr	Cd	Ba/V	Pb
B	Al	Cr	Y	Ce/La	U	Ta	Th
C	Si	Ti	In	Zn	Sn	W	Hg
N	P	Mn	As	Di/Mo	Sb	Nb	Bi
O	S	Fe	se	Ro/Ru	Te	Au	Os

ന്യൂലാൻഡ്സിന്റെ അഷ്ടകനിയമം

ക്കുന്നു. ഇതാണ് അഷ്ടക നിയമം. വ്യവസ്ഥിതമായ ആദ്യത്തെ വർഗ്ഗീകരണമായിരുന്നു അത്.

"ന്യൂലാൻഡ്സിന്റെ അഷ്ടകനിയമത്തിന് ശാസ്ത്രജ്ഞന്മാർ അംഗീകാരം നല്കിയില്ല. പക്ഷേ, മെൻഡലിയേവ് വളരെ സന്തോ ഷത്തോടെയാണ് ന്യൂലാൻഡ്സിന്റെ വർഗ്ഗീകരണത്തെ സ്വീക രിച്ചത്. അതിൻമേൽ കൂടുതൽ അന്വേഷണം നടത്താൻ മെൻഡ ലിയേവ് തീരുമാനിക്കുകയാണ് ഉണ്ടായത്." മാഷ് തന്റെ പ്രഭാ ഷണം തുടർന്നു.

"ഇന്നറിയപ്പെടുന്ന 118 മൂലകങ്ങളുടെയും സവിശേഷതകൾ ചാർട്ടുകളിൽ രേഖപ്പെടുത്തി പ്രദർശിപ്പിച്ച നിങ്ങൾക്കഭിനന്ദന ങ്ങൾ." മാഷ് കുട്ടികളെ അഭിനന്ദിച്ചു.

ഇത് കേട്ട ഉടൻ നന്ദി സൂചകമായി സദസ്സ് കൈയടിച്ചു.

"നിങ്ങളെ അതിന് പ്രാപ്തരാക്കിയ ടീച്ചർമാർക്കും അഭിന ന്ദനങ്ങൾ."

സദസ്സിൽ നിറഞ്ഞ കൈയടി.

സുഹാസ് മാഷിന്റെ അവതരണത്തെത്തുടർന്ന് ചർച്ചയ് ക്കുള്ള അവസരവും കുട്ടികൾക്ക് ലഭിച്ചു. ധാരാളം ചോദ്യങ്ങൾ കുട്ടികൾ ചോദിച്ചു. ചോദ്യങ്ങളും വിശദീകരണങ്ങളുമായി ഹാൾ മുഖരിതമായി. രണ്ട് മൂന്നു കുട്ടികൾ പ്രഭാഷണത്തെക്കുറിച്ചുള്ള പ്രതികരണങ്ങളും രേഖപ്പെടുത്തി.

"നല്ല ശാസ്ത്രാന്വേഷകരായി നിങ്ങൾ മാറുക. ശാസ്ത്രീയ അറിവുകൾ സാധാരണ ജനങ്ങളിലെത്തിക്കുക." മാഷ് കുട്ടി കളെ ആശീർവ്വദിച്ചു.

തന്നെ ക്ഷണിച്ചതിനുള്ള നന്ദി രേഖപ്പെടുത്തിക്കൊണ്ട് അദ്ദേഹം പ്രഭാഷണം നിർത്തി. അപ്പോൾ സമയം ഒരു മണി.

ഉച്ചഭക്ഷണത്തിനുശേഷം പ്രദർശനം മൂന്നുമണി വരെ തുടർന്നു. സയൻസ് ക്ലബ് അംഗങ്ങൾ ഒഴിച്ച് മറ്റുള്ളവരെല്ലാം പിരിഞ്ഞുപോയി.

"സയൻസ് ക്ലബ് അംഗങ്ങൾ നാളെ പത്തുമണിക്ക് എത്തണം. ഡോ. അരവിന്ദാക്ഷൻ മാഷ് വരുന്നുണ്ട്." സൈജ ടീച്ചർ പറഞ്ഞു.

ടീച്ചറുടെ നിർദ്ദേശങ്ങൾ സ്വീകരിച്ച് പ്രദർശനവസ്തുക്കൾ ഓരോന്നും ലാബിൽ യഥാസ്ഥലങ്ങളിൽ വച്ചിട്ടാണ് സയൻസ് ക്ലബ് അംഗങ്ങൾ വീട്ടിലേക്ക് മടങ്ങിയത്.

വീട്ടിലേക്ക് മടങ്ങുന്ന കുട്ടികളുടെ ചർച്ചകളിൽ ആവർത്തന പ്പട്ടികയും മെൻഡലിയേവും നിറഞ്ഞുനിന്നു. ആധുനിക ആവർത്തനപ്പട്ടികയും ബ്ലോക്കുകളുമൊക്കെ കടന്നു വന്നു. നൂറ്റി പതിനെട്ടാമത്തെ മൂലകം അവരിൽ കൗതുകമുണർത്തി.

അദിതിയും, അൽഫുവും, ശിവാനിയും ഒരുമിച്ച് വിട്ടിലേക്ക് നടന്നു. ആവർത്തനപ്പട്ടികയുടെ കാര്യങ്ങൾ ചർച്ച ചെയ്തും തമാശകൾ പറഞ്ഞും അദിതിയും, ശിവാനിയും, അൽഫുവും അദിതിയുടെ വീട്ടിലെത്തി.

അദിതിയുടെ വീട് കഴിഞ്ഞാണ് ശിവാനിയുടെയും, അൽഫു വിന്റെയും വീട്. സ്കൂൾ വിട്ടുവരുമ്പോൾ ആദ്യം അവർ കയറു ന്നത് അദിതിയുടെ വീട്ടിലാണ്. അന്നും പതിവ് തെറ്റിച്ചില്ല.

ചായയും പലഹാരങ്ങളും അന്നും അദിതിയുടെ അമ്മ കരു തിയിരുന്നു. ചായകുടിച്ചുകൊണ്ടിരുന്നപ്പോൾ അദിതിയുടെ അച്ഛനും അമ്മയും മുത്തശ്ശിയും ഒപ്പം കൂടി.

സ്കൂളിൽ നടന്ന കാര്യങ്ങൾ അദിതിയുടെ അമ്മ ചോദിച്ചു. എന്നും അങ്ങനെയാണ്. സ്കൂൾ വിശേഷങ്ങൾ ചോദിക്കും. ശിവാനിയുടെ വീട്ടിലും അൽഫുവിന്റെ വീട്ടിലും ഇത്തരം ചർച്ചകൾ നടക്കാറുണ്ട്. പൊടിപ്പും തൊങ്ങലുമൊക്കെ വച്ച് അവർ കാര്യങ്ങൾ തട്ടിവിടും. കളിയും ചിരിയും കാര്യങ്ങളുമായി അങ്ങനെപോകും ചർച്ചകൾ.

"ഇന്ന് ആവർത്തനപ്പട്ടികയെക്കുറിച്ച് നടന്ന പ്രഭാഷണം വളരെ ഇഷ്ടപ്പെട്ടു." അൽഫുവാണ് വിശേഷങ്ങൾ പറയാൻ തുട ങ്ങിയത്.

"പ്രദർശനവും കൊള്ളാമായിരുന്നു. ചോദ്യങ്ങൾക്കൊക്കെ ഞങ്ങൾ മറുപടി നല്കി." ശിവാനി പറഞ്ഞു.

"ഞങ്ങൾക്ക് പറയാൻ പറ്റാത്ത ചോദ്യങ്ങൾക്ക് ടീച്ചർമാർ വിശദീകരണം നല്കി." അദിതി തുടർന്നു.

"117, 118 മൂലകങ്ങളെക്കുറിച്ചും ചർച്ച വന്നു. ചാർട്ടിൽ വളരെ

ക്കുറച്ച് കാര്യങ്ങളെ അവയെക്കുറിച്ച് രേഖപ്പെടുത്താൻ കഴിഞ്ഞി രുന്നുള്ളൂ.”

“എന്താകാര്യം?” അമ്മ ചോദിച്ചു.

“പുതുതായി കണ്ടുപിടിച്ച മൂലകങ്ങളാണ് അവയെല്ലാം. അവ മനുഷ്യനിർമ്മിത മൂലകങ്ങളാണ്. അല്പായുസ്സുക്കളാണ്. അധിക നേരം ഇരുന്നിട്ടുവേണ്ടേ കാര്യങ്ങൾ പഠിക്കാൻ.” ശിവാനി ചിരിച്ചുകൊണ്ട് പറഞ്ഞു.

“ഇനി എന്തൊക്കെയുണ്ട് പരിപാടികൾ?” മുത്തശ്ശി ചോദിച്ചു.

“നാളെയുമുണ്ട് പരിപാടി. നാളെ അരവിന്ദാക്ഷൻ മാഷ് വരും. മെൻഡലിയേവിന്റെ കഥ പറയാൻ. സയൻസ് ക്ലബ് അംഗങ്ങൾ മാത്രമാണ് പങ്കെടുക്കുന്നത്.” അദിതി പറഞ്ഞു.

ചർച്ച അങ്ങനെ നീണ്ടുപോയി. ചർച്ചയിൽ പലതും കയറി വന്നു. മുറ്റത്തെ കിളിമരത്തിൽ കൂടുകെട്ടിയ ഇണക്കുരുവികൾ തൊട്ട് റോസാച്ചെടി മൊട്ടിട്ടതുവരെ. അൽഫുവും, ശിവാനിയും അവരവരുടെ വീട്ടിലേക്ക് പോയി. രാത്രി ഉറങ്ങാൻ കിടന്നപ്പോഴും അദിതി ആവർത്തനപ്പട്ടികയെക്കുറിച്ചുള്ള ചിന്തയിലായിരുന്നു. മൂലകങ്ങളും മെൻഡലിയേവും, മോസ്ലിയും ആവർത്തനപ്പട്ടി കയും സ്കൂളിൽ നടന്ന സെമിനാറുമൊക്കെ കടന്നുവന്നു.

മെൻഡലിയേവിന്റെ കഥ

അന്ന് ഞായറാഴ്ച ദിവസമായിരുന്നു. എല്ലാ സയൻസ് ക്ലബ് അംഗങ്ങളും രാവിലെ പത്തുമണിക്കുമുമ്പേതന്നെ സ്കൂളി ലെത്തി. തലേ ദിവസം നടന്ന പ്രദർശനവും പ്രഭാഷണവും അത് തന്നെയായിരുന്നു എല്ലാവരുടെയും ചർച്ച. ഇന്നവരെത്തിയത് മെൻഡലിയേവിന്റെ കഥ കേൾക്കാനാണ്. ഹെഡ് ടീച്ചറും അദ്ധ്യാ പകരും രാവിലെ തന്നെ എത്തിച്ചേർന്നിട്ടുണ്ട്.

മെൻഡലിയേവിന്റെ കഥ പറയാനെത്തുന്നത് ഡോ. അരവി ന്ദാക്ഷൻ മാഷ്. അദ്ദേഹം പട്ടണത്തിലെ കോളേജിലെ രസതന്ത്ര വിഭാഗം തലവനാണ്. എല്ലാവരും മാഷിനെ കാണാനിരിക്കുക യാണ്.

"അതാ മാഷ് വരുന്നുണ്ട്." സൈജ ടീച്ചർ പറഞ്ഞു. മാഷ് കൃത്യസമയത്തുതന്നെ എത്തി.

"വരൂ നമുക്ക് കുട്ടികളുടെ അടുത്തേക്ക് പോകാം." വന്ന പാടെ മാഷ് എല്ലാവരെയും കൂട്ടി ക്ലാസിലേക്ക് പോയി. കുട്ടി കൾ മാഷിനെ സ്വീകരിച്ചു. ഹെഡ് ടീച്ചർ മാഷിനെ കുട്ടികൾക്ക് പരിചയപ്പെടുത്തി.

"എല്ലാവർക്കും നിലത്തിരിക്കാം." മാഷ് പറഞ്ഞു.

മാഷ് പറഞ്ഞതനുസരിച്ച് ക്ലാസ് മുറിയിലെ ഡസ്ക്കുകളും ബെഞ്ചുകളും നേരത്തേ മാറ്റിയിരുന്നു.

മാഷ് ക്ലാസ്മുറിയിൽ തറയിൽ ഇരുന്നു. കുട്ടികളും അദ്ധ്യാ
പകരും വട്ടത്തിൽ മാഷിന് ചുറ്റുമിരുന്നു. കുട്ടികളോട് കുശല
ങ്ങൾ ചോദിച്ച് മാഷ് എല്ലാവരെയും പരിചയപ്പെട്ടു. മാഷിനൊപ്പം
കുട്ടികളും കളിതമാശകളിൽ പങ്കുകൊണ്ടു. എല്ലാവരും ഉഷാ
റാണ്. മെൻഡലിയേവിനെക്കുറിച്ച് എന്തൊക്കെ കാര്യങ്ങളാണ്
നിങ്ങൾക്കറിയേണ്ടത്? മാഷ് ചോദിച്ചു.

"ഞങ്ങൾക്ക് മെൻഡലിയേവിനെക്കുറിച്ചറിയണം. അദ്ദേഹ
ത്തിന്റെ കുട്ടിക്കാലത്തെക്കുറിച്ചും അച്ഛനമ്മമാരെക്കുറിച്ചും അറി
യണം. ജീവിത കഥ അറിയണം." അൽഫു പറഞ്ഞു.

"മെൻഡലിയേവ് പഠിക്കാൻ മിടുക്കനായിരുന്നോ? അദ്ദേഹം
എങ്ങനെയാണ് ആവർത്തനനിയമത്തിൽ എത്തിച്ചേർന്നത്?"

"എങ്ങനെയാണ് അദ്ദേഹം ആവർത്തനപ്പട്ടിക കണ്ടുപിടി
ച്ചത്?"

"അദ്ദേഹം റഷ്യയിലാണ് ജനിച്ചതെന്ന് അറിയാം. റഷ്യക്കു
വേണ്ടി എന്തൊക്കെ കാര്യങ്ങളാണ് അദ്ദേഹം ചെയ്തിട്ടുള്ളത്?"

അദിതിയും കൂട്ടുകാരും കൗതുകത്തോടെ ചോദ്യങ്ങൾ ഉന്ന
യിക്കാൻ തുടങ്ങി. ചോദ്യങ്ങൾ ചോദിക്കാനുള്ള കുട്ടികളുടെ
ആവേശത്തെ മാഷ് അഭിനന്ദിച്ചു.

"അദ്ദേഹത്തെക്കുറിച്ച് കഴിയുന്നത്ര കാര്യങ്ങൾ ഞാൻ പറഞ്ഞു തരാം. വളരെ ആദരവോടെയാണ് ശാസ്ത്രലോകം മെൻഡലിയേവിനെ കാണുന്നത്." മാഷ് പറഞ്ഞു.

"ആവർത്തനപ്പട്ടികയുടെ നൂറ്റിയമ്പതാം വാർഷികാചരണം സംഘടിപ്പിക്കുന്ന നിങ്ങൾക്ക് മെൻഡലിയേവിന് വേണ്ടി ആദ്യം അഭിവാദ്യങ്ങൾ അർപ്പിക്കുകയാണ്. ഒപ്പം എന്റെയും അഭിവാദ്യ ങ്ങൾ" കുട്ടികൾ കൈയടിച്ചു.

കുട്ടികൾക്ക് അഭിവാദ്യങ്ങൾ അർപ്പിച്ചുകൊണ്ട് മാഷ് മെൻഡ ലിയേവിന്റെ ജീവിത കഥയുടെ കെട്ട് അഴിക്കാൻ തുടങ്ങി.

"1867 ജനുവരി ഒന്നിലെ പ്രഭാതം. റഷ്യയിലെ സെന്റ് പീറ്റേഴ് സ്ബർഗ് നഗരം ഉണരുകയാണ്. കൊടും തണുപ്പിനെ പ്രതിരോ ധിച്ച് പുതുവർഷത്തെ വരവേല്ക്കാൻ നഗരം ഉറക്കമൊഴിഞ്ഞ് കാത്തിരിക്കുകയായിരുന്നു.

റഷ്യയുടെ വടക്ക് പടിഞ്ഞാറ് ബാൾട്ടിക് സമുദ്രത്തിന് അഭി മുഖമായി നിലകൊള്ളുന്ന നഗരമാണ് സെന്റ് പീറ്റേഴ്സ്ബർഗ് പതിനെട്ടാം നൂറ്റാണ്ടിന്റെ ആദ്യകാലത്താണ് നഗരം പണി കഴി പ്പിച്ചത്. സാർ ചക്രവർത്തിയായിരുന്ന പീറ്റർ ഒന്നാമനായിരുന്നു അതിന് നേതൃത്വം നല്കിയത്.

ബാൾട്ടിക് സമുദ്രത്തിൽ പതിക്കുന്ന നേവ നദിയുടെ തുരു ത്തിലെ നാല്പത്തിരണ്ടു ദ്വീപസമൂഹങ്ങളിലായി വ്യാപിച്ചുകി ടക്കുന്ന നഗരമാണ് സെന്റ് പീറ്റേഴ്സ്ബർഗ്. അതിലെ ഹരെ ദ്വീപിൽ 1703 മേയ് 16 നാണ് പീറ്റർ ഒന്നാമൻ നഗരത്തിന്റെ ശിലാസ്ഥാപനം നടത്തിയത്. പീറ്ററുടെ വിശുദ്ധ നഗരം എന്നർത്ഥ ത്തിലാണ് ഈ പുതുനഗരത്തിന് സെന്റ് പീറ്റേഴ്സ്ബർഗ് എന്ന പേർ നല്കിയത്.

1710 മുതൽ 1918 വരെ റഷ്യയുടെ തലസ്ഥാനമായിരുന്നു ഈ നഗരം. ശില്പങ്ങൾ കൊണ്ട് രൂപകല്പന നല്കിയ നഗരം. റഷ്യയുടെ യൂറോപ്പിലേക്കുള്ള ജനാല എന്നറിയപ്പെടുന്ന നഗരം. ചുരുങ്ങിയ കാലംകൊണ്ട് റഷ്യയുടെ പ്രധാന സാംസ്കാരിക കേന്ദ്രങ്ങളിലൊന്നായി വളർന്നു സെന്റ് പീറ്റേഴ്സ്ബർഗ്. മോസ്കോ കഴിഞ്ഞാൽ റഷ്യയിലെ രണ്ടാമത്തെ വലിയ നഗരം.

വലയുടെ ആകൃതിയിൽ ചെറുതും വലുതുമായ അരുവി
കൾ കളകളം പാടി ഒഴുകുന്നു. അവ നഗരത്തിന്റെ രക്തക്കുഴലു
കളാണ്. അരുവികൾക്കിരുവശത്തും മരങ്ങൾ. തണുപ്പിലും പുതു
വർഷത്തെ വരവേല്ക്കാൻ കിളികൾ രംഗത്തുണ്ട്. നേവ നദി
യുടെ തീരത്താണ് സെന്റ് പീറ്റേഴ്സ്ബർഗ് സ്റ്റേറ്റ് യൂണിവേഴ്
സിറ്റി. പന്ത്രണ്ട് വലിയ കെട്ടിടങ്ങൾ കൈകോർത്ത് സ്നേഹ
ചങ്ങല തീർത്ത് ഏകത്വത്തിന്റെ പ്രതീകമായി നില്ക്കുകയാണ്
ആ കെട്ടിടങ്ങൾ. അവ പന്ത്രണ്ട് കോളേജുകളാണ്.

യൂണിവേഴ്സിറ്റിയുടെ മുന്നിലുള്ള അരുവിക്ക് സമാന്തരമായി
കടന്നുപോകുന്ന തെരുവിൽ ധാരാളം ആളുകൾ. അവരിൽ കുട്ടി
കളും മുതിർന്നവരുമുണ്ട്. പരസ്പരം പുതുവർഷാശംസകൾ
കൈമാറി കടന്നുപോകുന്നവർ.

കാമ്പസിനുള്ളിലും വിദ്യാർത്ഥികളും അദ്ധ്യാപകരും പുതു
വർഷത്തെ എതിരേല്ക്കാനും ആശംസകൾ കൈമാറാനും
എത്തിയിട്ടുണ്ട്. എല്ലാവരുടെയും മുഖത്ത് സന്തോഷം അലതല്ലു
ന്നത് കാണാം.

കാമ്പസിനുള്ളിൽ പ്രവേശനകവാടത്തിനടുത്ത് വാടകവീടു
കൾ. പ്രൊഫസർമാർക്കും മറ്റും താമസിക്കാനുള്ളതാണവ.
അതിലെ ആദ്യ വീടിന് മുന്നിൽ പതിച്ചിട്ടുള്ള ഫലകത്തിൽ ഒരു
പേർ കാണാം. പ്രൊഫസർ ദിമിത്രി മെൻഡലിയേവ്.

എല്ലാ കെട്ടിടങ്ങൾക്ക് മുന്നിലും വിദ്യാർത്ഥികൾ കൂടി നില്
പുണ്ട്. തമാശകൾ പറഞ്ഞും ആശംസകൾ കൈമാറിയും
അങ്ങനെ നില്ക്കുകയാണ്. മെൻഡലിയേവിന്റെ വീട്ടിലും കുട്ടി
കളെത്തിയിട്ടുണ്ട്. ആശംസകൾ സ്വീകരിച്ചും കൈമാറിയും
വിദ്യാർത്ഥികളോടൊപ്പം താടിയും മുടിയും നീട്ടി വളർത്തിയ
ഒരാൾ നില്പുണ്ട്. അതാണ് മെൻഡലിയേവ്. യൂണിവേഴ്സിറ്റി
യിലെ രസതന്ത്ര പ്രൊഫസർ.

ഇരുപത്തി ഏഴാമത്തെ വയസ്സിലാണ് അദ്ദേഹം പ്രൊഫ
സറായത്. അന്നുമുതൽ താടിയും മുടിയും നീട്ടി വളർത്താൻ
തുടങ്ങി. മുടി നന്നായി ചീകിയൊതുക്കുന്ന പ്രകൃതമില്ല. പാറി
പ്പറക്കുന്ന മുടി. വർഷത്തിലൊരിക്കൽ താടിയിലും മുടിയിലും
അല്ലറ ചില്ലറ മിനുക്കുപണി നടത്തും.

പുതുവർഷദിനത്തിൽ തന്റെ പ്രിയപ്പെട്ട വിദ്യാർത്ഥിക
ളുമായി സംസാരിക്കുമ്പോഴും അദ്ദേഹത്തിന്റെ മുഖത്ത് ചിന്ത
യുടെ ഭാവങ്ങൾ മിന്നിമറയുന്നുണ്ടായിരുന്നു. എന്തോ ചില കാര്യ
ങ്ങൾ അദ്ദേഹത്തെ അലട്ടുന്നുണ്ട്.

ആഘോഷങ്ങളോട് അത്ര താല്പര്യമുള്ള ആളല്ല മെൻഡ
ലിയേവ്. എഴുത്തും, വായനയും, പരീക്ഷണങ്ങളും, ചർച്ചക
ളുമായിയങ്ങു നടക്കും. സദാ കർമ്മനിരതൻ. രസതന്ത്രത്തിൽ
മാത്രമല്ല അദ്ദേഹത്തിന്റെ ചിന്ത. ഭൗതികശാസ്ത്രവും കൃഷിയും
വ്യവസായവും ധനതത്ത്വശാസ്ത്രവുമൊക്കെ അതിൽ കടന്നു
വരും.

ആഘോഷത്തിന്റെ തിമിർപ്പ് കഴിഞ്ഞ് ഡിപ്പാർട്ട്മെന്റുകളി
ലേക്ക് വിദ്യാർത്ഥികൾ യാത്രയായി. ഡിപ്പാർട്ട്മെന്റിൽ പതിവ്
പോലെ മെൻഡലിയേവ് വായനയിലും ചർച്ചകളിലും മുഴുകി.
എഴുതിവച്ച കുറിപ്പുകൾ വീണ്ടും പരിശോധനയ്ക്ക് വിധേയ
മാക്കി. അതിനിടയിൽ ബാഗിൽനിന്നും കുറേ കാർഡുകൾ പുറ
ത്തെടുത്തു. ഒരേ വലിപ്പമുള്ള കുറേ കാർഡുകൾ. അവ മേശ
പ്പുറത്ത് നിരത്തിയും ഒന്നിനു താഴെ ഒന്നായി വച്ചും ചില കളി
കൾ അദ്ദേഹം കളിക്കാൻ തുടങ്ങി. അടുത്തകാലത്തായി ഈ
കാർഡ് കെട്ട് അദ്ദേഹം എവിടെ പോയാലും കൂടെ കരുതുമായി
രുന്നു. ഒരാൾ മാത്രം ഇരുന്നു കളിക്കുന്ന കളിക്ക് സോളിറ്റെയർ
എന്നാണ് വിളിക്കുന്നത്.

കാർഡ് കളി കണ്ട ഒരു വിദ്യാർത്ഥി അദ്ദേഹത്തോട് ചോദിച്ചു.
"സർ ഇതെന്തു കളിയാണ്? എനിക്കും കളിക്കണം. അറി
യാൻ ആഗ്രഹമുണ്ട്."

മെൻഡലിയേവ് തന്റെ പ്രിയപ്പെട്ട ശിഷ്യന്റെ തോളിൽ കൈയി
ട്ടുകൊണ്ട് പറഞ്ഞു.

"കുട്ടി ഞാനൊരു അന്വേഷണത്തിലാണ്. ഒരു രഹസ്യം
തേടിയുള്ള യാത്ര. മൂലകങ്ങൾ ഒളിപ്പിച്ചു വച്ചിരിക്കുന്ന ഒരു
രഹസ്യം. ചില സൂചനകൾ ലഭിക്കുന്നുണ്ട്. ഞാനത് കണ്ടെത്തു
മ്പോൾ തീർച്ചയായും നിങ്ങൾക്കാകളി പറഞ്ഞുതരും. ആ കളി
നിങ്ങൾ കളിക്കേണ്ടി വരും."

മെൻഡലിയേവ് അങ്ങനെയാണ്. കുട്ടികൾ അദ്ദേഹത്തിന്റെ ഉറ്റ ചങ്ങാതിമാരാണ്.

അന്ന് വൈകുന്നേരം സാധാരണ എത്തുന്ന സമയത്തേക്കാൾ നേരത്തേ മെൻഡലിയേവ് കാമ്പസിലെ തന്റെ വീട്ടിലെത്തി.

യാത്ര ചെയ്യാൻ താല്പര്യമുള്ള വ്യക്തിയായിരുന്നു അദ്ദേഹം. വെറും യാത്രയല്ല. ഓരോ യാത്രയും പഠനയാത്രയാണ്. പ്രകൃതി സൗന്ദര്യം നന്നായി ആസ്വദിക്കുന്ന പ്രൊഫസർ. ഇഷ്ട പ്പെടുന്നവയെല്ലാം അദ്ദേഹം ക്യാമറയിൽ ഒപ്പിയെടുക്കും. നല്ലൊരു ഫോട്ടോഗ്രാഫർ കൂടിയാണദ്ദേഹം.

അലമാര തുറന്ന് ഒരു കവറിൽനിന്നും കുറേ ഫോട്ടോകൾ പുറത്തെടുത്തു. അതും നോക്കിയിരിപ്പായി. ഇടയ്ക്കിടെ താടി തടവി കസേരയിൽ പിന്നിലേക്ക് ചായും. ഫോട്ടോ ചിത്രങ്ങ ളിൽനിന്നും ഓർമ്മയിലെ ചിത്രങ്ങളിലേക്ക്.

പെട്ടെന്നാണ് മക്കളെക്കുറിച്ചോർത്തത്. ഭാര്യയും മക്കളും കൂടെയില്ല. അവർ സെന്റ് പീറ്റേഴ്സ്ബർഗിൽനിന്നും ഇരുന്നൂറു മൈൽ അകലെയാണ്. അങ്ങ് മോസ്കോയിൽ.

ഫെസോവ ലെഷ്ചെവയെ അദ്ദേഹം വിവാഹം കഴിച്ചത് 1862 ഏപ്രിൽ 27 നായിരുന്നു. അദ്ദേഹം അദ്ധ്യാപകനായിരുന്ന നിക്കോലെവ് എഞ്ചിനീയറിങ് ഇൻസ്റ്റിസ്റ്റ്യൂട്ട് പള്ളിയിൽ വച്ചായി രുന്നു വിവാഹം. രണ്ടു മക്കൾ. മകനും മകളും. വ്ളാഡ്മിറും ഒലിഗയും. അവർ അമ്മയോടൊപ്പമാണ്.

മക്കളെക്കുറിച്ചും ഭാര്യയെക്കുറിച്ചും ചിന്തിച്ചുകൊണ്ട് അദ്ദേഹം ചാരുകസേരയിൽ കണ്ണടച്ചു കിടന്നു. അദ്ദേഹത്തിന്റെ മനസ്സ് വേദനിക്കുന്നുണ്ട്. കുട്ടികളെ എന്നും കാണാൻ കഴിയാത്ത അവസ്ഥ. തന്റെ തൊഴിലിൽ പൂർണ്ണമായും നീതി പുലർത്തി ക്കൊണ്ടാണ് അദ്ദേഹം മുന്നോട്ട് പോകുന്നത്. പഠനവും അദ്ധ്യാ പനവും അന്വേഷണവും. അതിനോട് വലിയ പ്രതിപത്തിയായി രുന്നു അദ്ദേഹത്തിന്.

'ഈ ആഴ്ച തന്നെ മോസ്കോവിലെത്തണം. കുട്ടികളെ കാണണം.' അദ്ദേഹം തീരുമാനമെടുത്തു.

പെട്ടെന്നദ്ദേഹം ഒരു കാര്യം ഓർത്തു. മകൾ പറഞ്ഞ കാര്യം. കഴിഞ്ഞ തവണ ഒലിഗയെ കണ്ടപ്പോൾ അച്ഛനോട് പറഞ്ഞി

രുന്നു തനിക്കൊരു സ്കൂൾ ബാഗ് വേണമെന്ന്.

മെൻഡലിയേവ് ബാഗും സ്യൂട്ട് കേസും സ്വന്തമായി ഉണ്ടാക്കും. അതദ്ദേഹത്തിന്റെ വിനോദങ്ങളിലൊന്നാണ്. അദ്ദേ ഹത്തിന്റെ പേര് വ്യാപാരികൾക്കിടയിലും പ്രസിദ്ധമാണ്. പ്രശസ്ത സ്യൂട്ട് കേസ് മാസ്റ്റർ എന്നാണ് വ്യാപാരികൾ അദ്ദേ ഹത്തെ വിളിക്കുന്നത്.

മെൻഡലിയേവ് ചാടി എഴുന്നേറ്റു. അലമാര തുറന്നു. ബാഗ് നിർമ്മിക്കുന്നതിനുള്ള സാധന സാമഗ്രികൾ എടുത്ത് ബാഗ് നിർമ്മിക്കാൻ തുടങ്ങി.

യൂണിവേഴ്സിറ്റിയിൽ അദ്ദേഹം അവധിക്ക് അപേക്ഷ നല്കി. തൊട്ടടുത്ത ദിവസം രാത്രിയിലുള്ള തീവണ്ടിയിൽ അദ്ദേഹം തന്റെ ഭാര്യയെയും കുട്ടികളെയും കാണാൻ മോസ്കോവിലേക്ക് പുറപ്പെട്ടു.

നേരം നല്ലതുപോലെ വെളുത്തു. മോസ്കോ സ്റ്റേഷനിൽ നിന്നും കുതിരവണ്ടിയിൽ അദ്ദേഹം വീട്ടിലേക്ക് തിരിച്ചു. വണ്ടി ക്കാരൻ എന്തൊക്കെയോ പറയുന്നുണ്ടായിരുന്നു. മെൻഡലിയേവ് എല്ലാം കേട്ടിരുന്നു.

വീട്ടിലെത്തി അദ്ദേഹത്തെ പ്രതീക്ഷിച്ച് വ്ളാഡ്മിറും ഒലി ഗയും വീട്ടിന് മുന്നിൽത്തന്നെയുണ്ടായിരുന്നു. മെൻഡലിയേ വിനെ കണ്ടയുടൻ അവർ ഓടി അദ്ദേഹത്തിന്റെ കൈകളിൽ തൂങ്ങി. മെൻഡലിയേവ് അവരെ വാരിയെടുത്ത് ഉമ്മ വച്ചു. ലെഷ്ചെവ പുറത്തേക്കിറങ്ങി വന്ന് അദ്ദേഹത്തേയും മക്കളേയും കൂട്ടി വീട്ടിനകത്തേക്ക് കയറി.

രണ്ടുമൂന്നു ദിവസം മക്കൾ അച്ഛനോടൊപ്പം അടിച്ചു പൊളിച്ചു നടന്നു. ഭാര്യയെയും മക്കളേയും കൂട്ടി മോസ്കോ നഗരത്തിൽ കറങ്ങാനും അദ്ദേഹം സമയം കണ്ടെത്തി.

സെന്റ് പീറ്റേഴ്സ് ബർഗിലേക്കുള്ള മടക്ക യാത്ര. ഭാര്യയോടും കുട്ടികളോടും യാത്ര പറഞ്ഞിറങ്ങി. സന്തോഷമെല്ലാം അസ്ത മിച്ചതുപോലെ. എല്ലാവരുടെയും കണ്ണുകൾ ഈറനണിഞ്ഞു. മെൻഡലിയേവിന്റെ ഹൃദയം തേങ്ങി.

ഭാര്യയോടും കുട്ടികളോടുമൊപ്പം മോസ്കോയിൽ കഴിഞ്ഞ ശേഷം തിരിച്ച് സെന്റ് പീറ്റേഴ്സ്ബർഗിലേക്ക് വരികയാണ്

മെൻഡലിയേവ്. തീവണ്ടിയിലാണ് യാത്ര.

പുറം കാഴ്ചകൾ കണ്ടിരിക്കുന്നതിനിടയിലും അദ്ദേഹം ലെഷ്ചെവയെക്കുറിച്ചും വ്ളാഡ്മിറിനെക്കുറിച്ചും ഒലിഗയെക്കു റിച്ചും ഓർത്തു. അച്ഛനെ അടുത്ത് കിട്ടാത്തതിൽ മകൾക്ക് പരാ തികൾ ഏറെയുണ്ട്. ലെഷ്ചെവയ്ക്കുമുണ്ട് പരാതികൾ.

ഇത്തവണ പകൽ മുഴുവൻ കുട്ടികളോടൊപ്പം കളിച്ചു രസി ച്ചുനടന്നു. വീട്ടിൽ വരുമ്പോഴൊക്കെ അവരെയുംകൊണ്ട് ഭാര്യ യുമൊത്ത് കറങ്ങാറുണ്ട്. എന്നാൽ രാത്രി ഏറെ വൈകുവോളം കുറിപ്പുകൾ തയ്യാറാക്കുന്ന ജോലിയിലായിരിക്കും.

"മണിക്കൂറുകൾ വേണം സെന്റ് പീറ്റേഴ്സ്ബർഗിൽ എത്താൻ. സമയം വിലപ്പെട്ടതാണ്. അത് ഫലപ്രദമായി വിനി യോഗിക്കുക. പരിചിത വഴികളിലൂടെയാണല്ലോ തീവണ്ടി യാത്ര. അതുകൊണ്ട് തീവണ്ടിയുടെ ജാലകത്തിലൂടെ പുറം ലോകം നോക്കി ചിന്തിച്ചിരിക്കണ്ട. കൈയിൽ കാർഡുകളുണ്ടല്ലോ. കാർഡ് കളിക്കുക തന്നെ." അദ്ദേഹം ചിന്തിച്ചു.

അതൊരു സാധാരണ കാർഡ് കളിയായിരുന്നില്ല. സാധാ രണ ചീട്ട് അല്ലെങ്കിൽ കാർഡ് നിങ്ങൾ കണ്ടിട്ടുണ്ടല്ലോ. അതിന്റെ ഒരു സെറ്റ് നോക്കിയാൽ 52 ചീട്ടുകൾ ഉണ്ടാകും. ഈ കാർഡു കൾ ചില മാനദണ്ഡങ്ങൾ അനുസരിച്ച് ക്രമീകരിച്ച് ഒറ്റയ്ക്ക് ഒരാൾക്ക് കളിക്കാവുന്നതാണ്. വടക്കേ അമേരിക്കയിൽ ജന്മം കൊണ്ട ഈ കളി മെൻഡലിയേവിനും ഇഷ്ടമായിരുന്നു.

ചീട്ടുകൾ എടുത്ത് അതിന്മേലുള്ള കളി തുടങ്ങി. മുഷി ഞ്ഞപ്പോൾ ചെറിയ മയക്കം.

മെൻഡലിയേവ് സ്വന്തമായി ചില കാർഡുകൾ തയ്യാറാക്കി വച്ചിട്ടുണ്ട്. അതിൽ മൂലകങ്ങളുടെ പ്രതീകം എഴുതി വച്ചിട്ടുണ്ട്. ഒരു കാർഡിൽ ഒരു മൂലകം. അന്നറിയപ്പെട്ടിരുന്ന 63 മൂലക ങ്ങൾക്കും അദ്ദേഹം കാർഡ് ഉണ്ടാക്കി. പേർ എഴുതാത്ത കാർഡു കളും അക്കൂട്ടത്തിൽ ഉണ്ടായിരുന്നു.

മൂലകത്തിന്റെ പ്രതീകത്തിന് താഴെ അതിന്റെ അറ്റോമിക ഭാരം രേഖപ്പെടുത്തിയിട്ടുണ്ട്. അതിനുതാഴെ പ്രധാന രാസ ഭൗതിക ഗുണങ്ങൾ എഴുതിയിട്ടുണ്ട്. മയക്കത്തിൽ നിന്നുണർന്ന പ്പോൾ ഈ കാർഡുകൾ ഉപയോഗിച്ചുള്ള കളികളിൽ അദ്ദേഹം

ഏർപ്പെട്ടു. കുറച്ചു സമയം കഴിഞ്ഞപ്പോൾ വായിക്കാനും ചെറു കുറിപ്പെഴുതാനും ശ്രമം തുടങ്ങി. അങ്ങനെ വായിച്ചും എഴുതിയും കാർഡ് കളിച്ചും അദ്ദേഹം തന്റെ യാത്ര സന്തോഷകരമാക്കി യൂണിവേഴ്സിറ്റിയിൽ തിരിച്ചെത്തി.

അന്ന് രാത്രി അദ്ദേഹം രസതന്ത്രത്തിന്റെ തത്ത്വങ്ങൾ – *The Principles of Chemistry* എന്ന തന്റെ പുസ്തകത്തിന്റെ രണ്ടാം വാല്യത്തിനു വേണ്ടി തയ്യാറാക്കുന്ന കുറിപ്പുകൾ എടുത്ത് പുനർ വായന നടത്തി. കുറിപ്പുകൾ വായിച്ചുകൊണ്ടിരുന്ന നേരം അദ്ദേഹം അലമാരയിലേക്ക് നോക്കി. ഒന്നാം വാല്യത്തിന്റെ കോപ്പി തന്നെ നോക്കി മന്ദഹസിക്കുന്നതായി അദ്ദേഹത്തിന് തോന്നി. പതുക്കെ എഴുന്നേറ്റ് അലമാര തുറന്ന് പുസ്തകം എടുത്തു. തിരിച്ച് കസേ രയിൽ വന്നിരുന്നു പുസ്തകം മറിച്ചു നോക്കി.

"അതാ അമ്മ." മെൻഡലിയേവ് പറഞ്ഞു.

അമ്മയ്ക്ക് പ്രണാമം അർപ്പിച്ചുകൊണ്ടാണ് ആ പുസ്തകം അദ്ദേഹം പ്രസിദ്ധീകരിച്ചത്. പുസ്തകം ലോകപ്രശസ്തമായി. ഇംഗ്ലീഷ്, ജർമ്മൻ, ഫ്രഞ്ച് ഭാഷകളിലേക്ക് അത് തർജ്ജുമ ചെയ്യ പ്പെട്ടു. അമ്മയുടെ ചിത്രം അദ്ദേഹം നോക്കി ഇരുന്നു. അമ്മയെ ക്കുറിച്ച് എഴുതിയ വരികൾ അദ്ദേഹം വായിച്ചു. ഒരേ സമയം സന്തോഷവും ദുഃഖവും അദ്ദേഹത്തിന്റെ മുഖത്ത് പ്രതിഫലിച്ചു.

"അമ്മ, എന്റെ അമ്മ" അദ്ദേഹത്തിന്റെ ചുണ്ടുകൾ മന്ത്രിച്ചു.

"എന്റെ ബാഹ്യവും ആന്തരികവുമായ വളർച്ചയ്ക്ക് എന്നും പ്രചോദനം എന്റെ അമ്മയാണ്." അദ്ദേഹം സ്വയം പറഞ്ഞു.

തന്റെ കുട്ടിക്കാലം അദ്ദേഹത്തിന്റെ ഓർമ്മയിൽ തെളിഞ്ഞു വന്നു.

ദുരിതങ്ങൾ നിറഞ്ഞ കുട്ടിക്കാലം. ആശയും പ്രത്യാശയും കുത്തിനിറച്ച് തന്നെ മുന്നോട്ട് നയിച്ച അമ്മ. അദ്ധ്യാപനത്തിന്റെ വഴികൾ കാണിച്ചു തന്ന അച്ഛൻ. അടിച്ചും പിടിച്ചും സ്നേഹിച്ചും കളിച്ചും കഴിഞ്ഞ സഹോദരങ്ങൾ. എല്ലാം ഒന്നൊന്നായി അദ്ദേ ഹത്തിന്റെ ഓർമ്മയിൽ കടന്ന് വന്നു. ഒരു പുസ്തകത്തിന്റെ താളു കൾ മറിയുംപോലെ.

റഷ്യയിലെ സൈബീരിയ. പലരെയും നാടു കടത്തുന്നിടം. അതുകൊണ്ട് തന്നെ സൈബീരിയ എന്നു കേട്ടാൽ മനസ്സൊന്നു

പിടയും. സൈബീരിയയിലെ ടൊബോൾസ്ക് എന്ന പ്രദേശത്തി നടുത്തുള്ള വെർക്‌നിഅരംസിയാന എന്ന ഗ്രാമം. അവിടെയാണ് മെൻഡലിയേവ് ജനിച്ചത്.

അച്ഛൻ ഇവാൻപാവ്‌ലോവിച് മെൻഡലിയേവ്. സുകുമാര കലകൾ, രാഷ്ട്രമീമാംസ, തത്ത്വശാസ്ത്രം എന്നിവ പഠിപ്പിക്കുന്ന അദ്ധ്യാപകനായിരുന്നു അദ്ദേഹം. പ്രിൻസിപ്പാളായും സേവന മനുഷ്ഠിച്ചു.

അമ്മ മറിയ ദിമിത്രിവ മെൻഡലീവ. വീട്ടുകാര്യങ്ങൾ നോക്കി നടത്തുന്നതിൽ സമർത്ഥയായിരുന്നു. മുത്തശ്ശൻ റഷ്യൻ ഓർത്ത ഡോക്സ് പുരോഹിതനായിരുന്ന പവേൽ മാക്സിമോവിച്ച് സോക്കോലോവ്.

മെൻഡലിയേവിന് പത്ത് സഹോദരങ്ങൾ. പത്തിൽ കൂടു തൽ ഉണ്ടായിരുന്നു എന്നും പറയപ്പെടുന്നുണ്ട്. ഏറ്റവും ഇളയ വനാണ് നമ്മുടെ ദിമിത്രി ഇവാനിച്ച് മെൻഡലിയേവ്. വീടിനടു ത്തുള്ള സ്കൂളിലാണ് മെൻഡലിയേവ് പഠിച്ചിരുന്നത്.

അച്ഛൻ മികച്ചൊരു അദ്ധ്യാപകനായിരുന്നു. ഇത് ദിമിത്രി മെൻഡലിയേവിന് ഒരു മുതൽക്കൂട്ടായിരുന്നു. കണിശക്കാ രനൊന്നും ആയിരുന്നില്ല അച്ഛൻ. പഠനകാര്യങ്ങളിലുള്ള മെൻഡ ലിയേവിന്റെ താല്പര്യം അച്ഛൻ തിരിച്ചറിഞ്ഞിരുന്നു.

തന്റെ ക്ലാസിലെ കുട്ടികളുടെ പഠനം സംബന്ധിച്ച കാര്യ ങ്ങൾ അച്ഛൻ തന്റെ പുത്രൻ ദിമിത്രി മെൻഡലിയേവുമായി ചർച്ച ചെയ്യാറുണ്ടായിരുന്നു. അച്ഛന് സമൂഹത്തിൽനിന്നും ലഭിച്ചിരുന്ന ബഹുമാനം മെൻഡലിയേവിനെ ആവേശം കൊള്ളിച്ചിരുന്നു. തനിക്കും ഭാവിയിൽ ഒരു അദ്ധ്യാപകനാകണം എന്നൊരാഗ്രഹം അദ്ദേഹത്തിന്റെ മനസ്സിൽ മൊട്ടിട്ടു.

വലിയ പ്രശ്നങ്ങൾ ഇല്ലാതെ കഴിഞ്ഞിരുന്ന കുടുംബം. അങ്ങനെയിരിക്കെ ഒരു ദിവസം അച്ഛൻ പറഞ്ഞു "എന്റെ കാഴ്ച മങ്ങുന്നു."

മറിയ ദിമിത്രിവ അത്ര കാര്യമായി എടുത്തില്ല. പക്ഷേ, അച്ഛൻ തന്റെ അസ്വസ്ഥത പറഞ്ഞുകൊണ്ടിരുന്നു. മറിയ ഉടൻ തന്നെ അദ്ദേഹത്തെ അടുത്തുള്ള ഡോക്ടറെ കാണിച്ചു. ഡോക്ടർ പരിശോധിച്ച് മരുന്നുകൾ കൊടുത്ത് വിട്ടു. പക്ഷേ,

മാറ്റം വന്നില്ല.

മറിയയുടെ ബന്ധുക്കൾ റഷ്യയിൽ ഉണ്ടായിരുന്നു. അവി ടെയും കൊണ്ടുപോയി ചികിത്സിച്ചു. ഒരു ദിവസം അത് സംഭ വിച്ചു. ഒന്നുംകാണാൻ പറ്റാത്ത അവസ്ഥയിലേക്ക് ഇവാൻ പാവ്‌ലോവിച്ച് എത്തിച്ചേർന്നു.

അച്ഛന്റെ അവസ്ഥ കുടുംബത്തെ ആകെ ബാധിച്ചു. അച്ഛന് ജോലി ഉപേക്ഷിക്കേണ്ടി വന്നു. മെൻഡലിയോവിന്റെ കുടുംബം സാമ്പത്തികമായി തകർന്നു. അമ്മയ്ക്ക് കുടുംബഭാരം ഏറ്റെടു ക്കേണ്ടി വന്നു. അമ്മ തളർന്നില്ല. പ്രതിസന്ധികളെ മറികടക്കാൻ അമ്മ തീരുമാനിച്ചു.

യൂണിവേഴ്‌സിറ്റി കാമ്പസിൽ പ്രൊഫസർ മെൻഡലിയേവ് തന്റെ ബാല്യകാല ഓർമ്മകളിൽ മുഴുകിയിരിക്കുകയാണ്. ഓർമ്മ കൾ മെൻഡലിയേവിനെ വല്ലാതെ വേദനിപ്പിച്ചു. തണുപ്പ് കൂടി വരുന്നത് അദ്ദേഹത്തിന് അനുഭവപ്പെട്ടില്ല. മുറിയിലെ ചൂളയിലെ വിറക് കത്തിക്കാൻ അദ്ദേഹം മറന്നുപോയിരുന്നു. അദ്ദേഹം എഴു ന്നേറ്റ് ചൂളയിലെ വിറക് കത്തിച്ചു. അല്പനേരം കഴിഞ്ഞ് ചൂട് പരക്കാൻ തുടങ്ങിയതോടെ തണുപ്പിന്റെ ആധിക്യം കുറഞ്ഞു. വീണ്ടും അദ്ദേഹം ചിന്തയിൽ മുഴുകി.

കുടുംബപരമായി ഉപേക്ഷിച്ച നിലയിലായിരുന്ന ഒരു ഗ്ലാസ് ഫാക്ടറി അമ്മ ഏറ്റെടുത്ത് വീണ്ടും തുടർന്ന് പ്രവർത്തിപ്പിക്കാൻ തീരുമാനിച്ചു. അമ്മ ഫാക്ടറിയുടെ മാനേജർ ആയി പ്രവർ ത്തിച്ചു. പത്തു മക്കളുടെയും അച്ഛന്റെയും കാര്യങ്ങൾ കഷ്ടിച്ചു നോക്കി നടത്തുന്നതിനുള്ള സാമ്പത്തികം അതിൽനിന്നും അവർക്ക് ലഭിച്ചു.

അങ്ങനെയിരിക്കെ ഒരു ദിവസം അതും സംഭവിച്ചു. അച്ഛൻ മരിച്ചു. അന്ന് മെൻഡലിയേവിന് പ്രായം പതിമൂന്ന് വയസ്സ്. അച്ഛന്റെ മരണം കുടുംബത്തെ വീണ്ടും തളർത്തി. സാമ്പത്തിക പ്രശ്നങ്ങൾ മെൻഡലിയേവിന്റെ കുടുംബത്തെ പിടിച്ചുമുറുക്കു ന്നുണ്ടായിരുന്നു. ഒരു ദിവസം സ്കൂളിൽനിന്നും വീട്ടിലേക്ക് വരുന്ന വഴിയാണ് മെൻഡലിയേവ് ആ വാർത്ത അറിഞ്ഞത്. അമ്മ നടത്തിവന്ന ഗ്ലാസ് ഫാക്ടറി തീപിടിച്ചു നശിച്ചു.

മധുരിക്കുന്ന ഓർമ്മകളൊന്നുമായിരുന്നില്ല അവയൊക്കെ.

എങ്കിലും അദ്ദേഹം പഴയകഥകൾ ഓർമ്മിച്ചെടുക്കാൻ ശ്രമിച്ചു. മെൻഡലിയേവ് എഴുന്നേറ്റ് മുറിയിൽ അങ്ങോട്ടുമിങ്ങോട്ടും നടന്നു.

"ഇന്നെന്താ എനിക്ക് പറ്റിയത്. പഴയ കാര്യങ്ങൾ പലതും ഓർമ്മയിൽ പൊന്തിവരുന്നു. ഇതുവരെയും ചിന്തിച്ചതെല്ലാം ദുഃഖകഥകൾ. ഇനി സന്തോഷകരമായ സംഭവങ്ങൾ ഓർ ത്തെടുക്കാം." അദ്ദേഹം സ്വയം പറഞ്ഞു. "ഏതു പ്രശ്നത്തെയും സമചിത്തതയോടെ സമീപിക്കാൻ എനിക്ക് മാർഗ്ഗദർശിയായത് എന്റെ അമ്മയാണ്. തോല്ക്കാത്ത മനസ്സുള്ള എന്റെ അമ്മ. അല്ലേ അമ്മേ." അദ്ദേഹം തന്റെ പുസ്തകത്തിലെ അമ്മയുടെ ചിത്രം നോക്കി പറഞ്ഞു.

കുടുംബം സാമ്പത്തികമായി തകർന്നു. ഇളയമകൻ ദിമിത്രി മെൻഡലിയേവ് പഠിക്കാൻ മിടുക്കൻ. അവന് തുടർ പഠനം ഉണ്ടാകണം. വലിയ ആളാക്കണം. അമ്മയുടെ ചിന്ത അതായി രുന്നു. അമ്മ തന്റെ മറ്റു മക്കളെ സൈബീരിയായിലെ ബന്ധു ക്കളെ ഏല്പിച്ചു. മെൻഡലിയേവിന്റെ ഉപരിപഠനത്തിനായി മക നേയും കൂട്ടി അമ്മ മോസ്കോവിലേക്ക് പോയി.

1847 ലായിരുന്നു ആ സംഭവം. ഉന്നത വിദ്യാഭ്യാസത്തിന് മെൻഡലിയേവ് മോസ്കോ യൂണിവേഴ്സിറ്റിയിലെത്തി. പക്ഷേ, മോസ്കോ യൂണിവേഴ്സിറ്റി മെൻഡലിയേവിന് അഡ്മിഷൻ നല്കിയില്ല. സൈബീരിയ വെറുക്കപ്പെട്ട ഇടമായിരുന്നല്ലോ. കുറ്റ വാളികളെയും മറ്റും നാടുകടത്തുന്ന ഇടം.

ഇനി എന്ത് ചെയ്യും? അവർ വല്ലാതെ വിഷമിച്ചു. അമ്മ തന്നെ വഴി കണ്ടെത്തി. മുത്തശ്ശൻ പുരോഹിതനായിരുന്നല്ലോ. ആ ബന്ധം പ്രയോജനപ്പെടുത്തി അവർ സെന്റ് പീറ്റേഴ്സ് ബർഗി ലെത്തി.

"അമ്മയുടെ ഇച്ഛാശക്തി അപാരം തന്നെ." മെൻഡലിയേവ് ചിന്തിച്ചു. സെന്റ് പീറ്റേഴ്സ്ബർഗിൽ അച്ഛൻ അദ്ധ്യാപക പരി ശീലനം നേടിയ പെഡഗോഗിക് ഇൻസ്റ്റിറ്റ്യൂട്ടിൽ പ്രവേശനം ലഭിച്ചു. അതോടെ അമ്മയ്ക്ക് സമാധാനമായി. ശാസ്ത്ര പഠന ത്തിലായിരുന്നു മെൻഡലിയേവിന് താല്പര്യം. അമ്മയ്ക്കും മകനെ ഒരു ശാസ്ത്രകാരനാക്കണമെന്നായിരുന്നു ആഗ്രഹം.

സെന്റ് പീറ്റേഴ്സ്ബർഗിലെ പഠനം മെൻഡലിയേവിന്റെ ജീവി
തത്തിൽ വലിയൊരു വഴിത്തിരിവായി. നഗരത്തിന്റെ സൗന്ദര്യം
മെൻഡലിയേവിനെ വല്ലാതെ ആകർഷിച്ചു. കാവ്യാത്മകത തുളു
മ്പുന്ന നഗരം. തെളിനീരുമായി അരുവികൾ. എല്ലാം നന്നായി
ആസൂത്രണം ചെയ്യപ്പെട്ട നഗരം. റഷ്യയുടെ തലസ്ഥാന നഗരി.
സാംസ്കാരിക കേന്ദ്രം. നഗരത്തിൽ നടക്കുന്ന സാംസ്കാരിക
പ്രവർത്തനങ്ങളിലും മെൻഡലിയേവ് പങ്കെടുക്കാൻ തുടങ്ങി.

അമ്മയും കുടുംബവും സെന്റ് പീറ്റേഴ്സ്ബർഗിലേക്ക്
പതുക്കെ താമസം മാറ്റി. സന്തോഷത്തിന്റെ നാളുകൾ. മെൻഡ
ലിയേവ് അദ്ധ്യാപകപരിശീലന കേന്ദ്രത്തിലെത്തിയിട്ട് നാലു
വർഷം തികയുന്നു. ഓരോ വർഷവും മികച്ച നിലയിലാണ്
സ്ഥാനക്കയറ്റം നേടിയത്. അദ്ധ്യാപകരുടെയും സഹപാഠികളു
ടെയും പിന്തുണയും ഊഷ്മള സ്നേഹവും മെൻഡലിയേവിന്
ലഭിച്ചിരുന്നു.

അദ്ധ്യാപക പരിശീലന കേന്ദ്രത്തിലെ ലൈബ്രറി മെൻഡ
ലിയേവ് നന്നായി പ്രയോജനപ്പെടുത്തി. വായന അദ്ദേഹത്തെ
പുതിയൊരു ലോകത്തെത്തിച്ചു.

സെന്റ് പീറ്റേഴ്സ്ബർഗിൽ ഒരു ദ്വീപിൽനിന്നും മറ്റൊരു
ദ്വീപിലേക്കുള്ള യാത്രമെൻഡലിയേവിന് ഹരമായിരുന്നു. തുറ
മുഖ നഗരമായ സെന്റ് പീറ്റേഴ്സ്ബർഗിലെ ബാൾട്ടിക് സമുദ്ര
തീരത്തെ മനോഹാരിത അദ്ദേഹം ആസ്വദിക്കുകയായിരുന്നു.

തണുപ്പ് കുറഞ്ഞ രാവുകളിൽ മണൽപരപ്പിൽ മലർന്ന്
കിടന്ന് അദ്ദേഹം ആകാശത്ത് നോക്കും. കഥ പറയുന്ന നക്ഷ
ത്രങ്ങൾ. ചിന്തകളിൽ നുരഞ്ഞുപൊങ്ങുന്ന ചോദ്യങ്ങൾ. ചോദ്യ
ങ്ങൾക്കുത്തരം തേടാനുള്ള വ്യഗ്രത. അമ്മയുടെ നിറഞ്ഞ മന
സ്സോടെയുള്ള പ്രോത്സാഹനം.

പെട്ടെന്നാണ് അതു സംഭവിച്ചത്. മെൻഡലിയേവിന്റെ അമ്മ
മറിയ ദിമിത്രവയ്ക്ക് അസുഖം പിടിപെട്ടു. ആശുപത്രിയിൽ
അമ്മയ്ക്കരികിൽ മെൻഡലിയേവ് ഇരുന്നു. അമ്മ ചിരിച്ചുകൊണ്ട്
മക്കളോട് പറഞ്ഞു.

"ഒരുപാട് കടമ്പകൾ കടന്നാണ് നാമിവിടെ എത്തിയത്. കഠി
നാദ്ധ്വാനവും തളരാത്ത മനസ്സും അതാണ് നമ്മുടെ കൈമുതൽ."

എല്ലാം മുളിക്കേട്ട് അമ്മയെ തലോടി മെൻഡലിയേവിരുന്നു. ദിവസങ്ങൾ കഴിയുന്തോറും അമ്മയുടെ അസുഖം കൂടി വന്നു. ഡോക്ടർമാർക്കും പ്രതീക്ഷ നഷ്ടപ്പെട്ടു. ഒരു ദിവസം മെൻഡലി യേവിനെ അമ്മ അടുത്ത് വിളിച്ചു. എന്നിട്ട് പറഞ്ഞു.

"മോനേ..മിഥ്യാബോധം ഒന്നിലും ഉണ്ടാകരുത്. കരുത്തോടെ മുന്നോട്ടുപോകണം. വാക്കുകളേക്കാൾ പ്രവൃത്തി മുറുകെ പിടി ക്കണം. ക്ഷമയോടെ ശാസ്ത്രസത്യങ്ങൾ അന്വേഷിക്കണം."

അമ്മ മെൻഡലിയേവിനോട് പറഞ്ഞ അവസാന വാക്കു കൾ.

അമ്മയുടെ വേർപാട് മെൻഡലിയേവിനെ തളർത്തിയില്ല. അമ്മ പറഞ്ഞ വാക്കുകൾ മകന് സാന്ത്വനമേകി. അമ്മ പറഞ്ഞ അവസാനവാക്കുകൾ ഹൃദയത്തിൽ സൂക്ഷിച്ച് മെൻഡലിയേവ് പടവുകൾ കയറി.

1855 ൽ ഇരുപത്തി ഒന്നാമത്തെവയസ്സിൽ സ്വർണ്ണമെഡ ലോടെ പെഡഗോഗിക്ക് ഇൻസ്റ്റിറ്റ്യൂട്ടിൽനിന്നും മെൻഡലിയേവ് ബിരുദം നേടി.

സെന്റ് പീറ്റേഴ്സ്ബർഗിലെ വിദ്യാഭ്യാസ നഭസ്സിലെ ഒരു തിള ങ്ങുന്ന നക്ഷത്രമായി അങ്ങനെ മെൻഡലിയേവ് മാറി.

ഓർമ്മകളിൽ മുങ്ങിക്കുളിച്ച മെൻഡലിയേവ് തന്റെ കിടക്ക യിലേക്ക് ചാഞ്ഞു. രാത്രി നേരം ഒരുപാട് ആയിരിക്കുന്നു.

ഓർമ്മകൾ അയവിറക്കിയപ്പോൾ മനസ്സിനൊരു കുളിർമ്മ അദ്ദേഹത്തിന് അനുഭവപ്പെട്ടു. മെല്ലെ നിദ്രയിലേക്ക്.

കോളേജ് കാമ്പസിൽ സൂര്യകിരണങ്ങൾ എത്തിനോക്കി തുടങ്ങി. കിളികൾ ഈണത്തിൽ പാടാൻ തുടങ്ങി. അന്നും പതി വുപോലെ മെൻഡലിയേവ് എഴുന്നേറ്റു. എത്ര വൈകി കിടന്നാലും രാവിലെ എഴുന്നേല്ക്കുന്നതിന് അദ്ദേഹത്തിന് ഒരു സമയം ഉണ്ട്. ആ സമയത്തു തന്നെ അദ്ദേഹം ഉണരും.

വായനാമുറിയിലെ പുസ്തകങ്ങളെല്ലാം അടുക്കിവച്ചു. അടു ക്കള വൃത്തിയാക്കി. കിടപ്പുമുറിയിലെ വസ്ത്രങ്ങളെല്ലാം ശരിക്ക് അടുക്കി വച്ചു. തന്റെ ബാഗിൽ ഡിപ്പാർട്ട്മെന്റിൽ കൊണ്ടുപോ കേണ്ട പുസ്തകങ്ങൾ എടുത്തു വച്ചു. പ്രഭാതകൃത്യങ്ങളെല്ലാം കഴിഞ്ഞ് ബാഗുമെടുത്ത് ഡിപ്പാർട്ട്മെന്റിലേക്ക്.

രസതന്ത്രത്തിന്റെ തത്ത്വങ്ങൾ എന്ന പുസ്തകത്തിന്റെ വാല്യം രണ്ടിന്റെ രചനയിലാണ് അദ്ദേഹമിപ്പോൾ. ഡിപ്പാർട്ട്മെന്റിൽ എത്തിയ ഉടൻ ക്ലാസ് മുറിയിലേക്ക് അദ്ദേഹം പോയി. രസതന്ത്രം രസകരമായി തന്നെ പഠിപ്പിക്കാൻ മെൻഡലിയേവിന് നല്ല മിടുക്കാണ്.

ക്ലാസ് കഴിഞ്ഞ് ഡിപ്പാർട്ട്മെന്റിലെ തന്റെ മുറിയിലെത്തിയ മെൻഡലിയേവ് രസതന്ത്രത്തിന്റെ തത്ത്വങ്ങൾ വാല്യം രണ്ടിനു വേണ്ടി അതുവരെ എഴുതിയ കുറിപ്പുകൾ ക്രമമായി അടുക്കി വച്ചു. ഹാലജനുകളുടെയും ആൽക്കലിലോഹങ്ങളുടെയും കുറി പ്പുകൾ അടുത്തടുത്തു വയ്ക്കുമ്പോൾ ചില ചിന്തകൾ കടന്നു വന്നു.

"തമ്മിൽ നല്ല രസതന്ത്രമുള്ള രണ്ടുകൂട്ടം മൂലകങ്ങൾ."
അദ്ദേഹം മെല്ലെ പറഞ്ഞു.

അപ്പോൾ അദ്ദേഹത്തിന്റെ മനസ്സിൽ തന്റെ ഒരു ശിഷ്യന്റെ മുഖം തെളിഞ്ഞുവന്നു. ക്ലാസിൽ രസതന്ത്ര പഠനവുമായി ബന്ധ പ്പെട്ട് അഭിപ്രായം പറഞ്ഞ ശിഷ്യന്റെ മുഖം.

കീർത്തികേട്ട പ്രൊഫസറായിരുന്നല്ലോ മെൻഡലിയേവ്. നന്നായി രസതന്ത്രം പഠിപ്പിക്കുന്ന പ്രൊഫസർ. ചിന്തകൻ. വിദ്യാർത്ഥികൾ ക്ലാസിൽ ഏത് ചോദ്യം ചോദിച്ചാലും ഉത്തരം കണ്ടെത്താൻ സഹായിക്കും വിധം ചെറു ചോദ്യങ്ങൾ തിരിച്ചു ചോദിച്ചുകൊണ്ട് അവരുടെ ചിന്തകളെ അദ്ദേഹം നയിച്ചുകൊണ്ട് പോകും. മൂലകങ്ങളെക്കുറിച്ചും ആറ്റങ്ങളെക്കുറിച്ചുമൊക്കെ അങ്ങനെ ചർച്ച ചെയ്യുന്ന ക്ലാസിന്റെ അവസാനം തന്റെ ഒരു പ്രിയപ്പെട്ട ശിഷ്യൻ ക്ലാസിൽ എഴുന്നേറ്റുനിന്നു ഒരു അഭിപ്രായം പറഞ്ഞു.

"സർ, മൂലകങ്ങളെ തരംതിരിച്ച് പഠിക്കാൻ കഴിയുമോ? പല മൂലകങ്ങൾക്കും സ്വഭാവങ്ങളിൽ സാദൃശ്യം കാണുന്നു ണ്ടല്ലോ? എന്തായിരിക്കാം അതിന് കാരണം?"

തന്റെ ശിഷ്യന്റെ ചോദ്യം കേട്ടപ്പോൾ മെൻഡലിയേവിന് വലിയ സന്തോഷം തോന്നി. തന്റെ കുട്ടികളും കൂടുതൽ ആഴ ത്തിലേക്കുള്ള ചിന്തകളിലേക്ക് കടന്നിരിക്കുന്നു. മൂലകങ്ങളെ തരം തിരിച്ച് പഠിച്ചാൽ രസതന്ത്രം കൂടുതൽ രസപ്രദമായി മാറും.

കൂടുതൽ അന്വേഷണങ്ങൾക്ക് അത് വഴി തുറക്കും.

മൂലകങ്ങളുടെ തരംതിരിക്കലിന്റെ വിവിധ രീതികളെക്കുറി ച്ചുള്ള അന്വേഷണമാണ് മെൻഡലിയേവ് നടത്തികൊണ്ടിക്കു ന്നത്. ഈ അന്വേഷണത്തിൽ താൻ വിജയിക്കുമെന്ന് അദ്ദേഹം ഉറച്ച് വിശ്വസിച്ചു. അമ്മ പറഞ്ഞത് വീണ്ടും അദ്ദേഹം ഓർത്തു.

'ക്ഷമയോടെ ശാസ്ത്ര തത്ത്വങ്ങൾ അന്വേഷിക്കുക മൂലക ങ്ങൾക്കിടയിൽ വൈരുദ്ധ്യങ്ങളും സമാനതകളുമുണ്ട്. ഇതിന്റെ പിന്നിലെ രഹസ്യം എനിക്ക് പുറത്തുകൊണ്ട് വരണം. പല മൂലകങ്ങളുടെയും ഗുണഗണങ്ങളിൽ ഒരു സ്വാഭാവിക ക്രമം കാണുന്നുണ്ട്. പക്ഷേ, എനിക്ക് അതിന്റെ പിന്നിലെ രഹസ്യം വെളിച്ചത്ത് കൊണ്ടുവരാനാകുന്നില്ല. ശ്രമിക്കുക തന്നെ' മെൻഡ ലിയേവ് തീരുമാനമെടുത്തു.

കൃത്യതയോടെയും സൂക്ഷ്മതയോടെയും മൂലകങ്ങളെ പഠി ക്കാനും ചിട്ടപ്പെടുത്താനുമാണ് മൂലക കാർഡുകൾ അദ്ദേഹം തയ്യാറാക്കിയത്.

"എനിക്ക് എന്റെ ശിഷ്യഗണങ്ങളുടെ ചോദ്യങ്ങൾക്കുത്തരം പറയണം. നീതി പുലർത്തണം." അദ്ദേഹം മനസ്സിൽ പറഞ്ഞു.

ലാവോസിയ രചിച്ച *Elementary Treatise on Chemistry* എന്ന പുസ്തകം മെൻഡലിയേവ് വായിച്ചിട്ടുണ്ട്. അതിലെ പ്രധാന ആശയങ്ങൾ അദ്ദേഹം ക്ലാസിൽ വിനിമയം ചെയ്യാറു മുണ്ട്. ലാവോസിയ ആധുനിക രസതന്ത്രത്തിന്റെ പിതാവാണ്. അദ്ദേഹം തന്റെ കാലത്ത് അറിയപ്പെട്ടിരുന്ന മൂലകങ്ങളെ അവ യുടെ സവിശേഷതകളുടെ അടിസ്ഥാനത്തിൽ ചിട്ടപ്പെടുത്താൻ ശ്രമിച്ചിട്ടുണ്ട്. രസതന്ത്ര ചരിത്രത്തിൽ മൂലകങ്ങളെ തരംതിരി ക്കാൻ ആദ്യമായി ശ്രമിച്ചത് ലാവോസിയ ആയിരുന്നു.

മെൻഡലിയേവ് ലാവോസിയയുടെ തരംതിരിക്കലിന്റെ മാന ദണ്ഡങ്ങൾ ഓർത്തെടുത്തു.1789 ൽ അന്ന് അറിയപ്പെട്ടിരുന്ന 33 പദാർത്ഥങ്ങളെ ലാവോസിയ തരംതിരിച്ച് പട്ടികപ്പെടുത്തി. അവ യിൽ 23 എണ്ണം മൂലകങ്ങളായിരുന്നു. വാതകങ്ങൾ, ലോഹങ്ങൾ, അലോഹങ്ങൾ, എർത്ത്സ് എന്നിങ്ങനെ നാലായിട്ടാണ് തരം തിരിച്ചത്. ലോഹങ്ങളിൽ രസത്തെ മാത്രമേ അന്ന് മൂലകമായി പരിഗണിച്ചിരുന്നുള്ളൂ.

പ്രകാശം, താപം, ഓക്സിജൻ, നൈട്രജൻ, ഹൈഡ്രജൻ എന്നിവയെ വാതകങ്ങളുടെ കൂട്ടത്തിൽ ഉൾപ്പെടുത്തി. മണ്ണിലെ ലവണങ്ങൾ എന്ന നിലയിൽ ലൈം, സിലിക്ക, അലുമിന, മഗ്നീഷ്യ, എപ്സം തുടങ്ങിയവയെ എർത്ത്സ് എന്ന വിഭാഗത്തിലും പെടുത്തി. ഇവ കൂടാതെ പതിനേഴ് ലോഹങ്ങളും ആറ് അലോഹങ്ങളും അദ്ദേഹത്തിന്റെ പട്ടികയിലുണ്ടായിരുന്നു.

ലാവോസിയയുടെ ശ്രമത്തെ മെൻഡലിയേവ് അംഗീകരിച്ചിരുന്നു. പക്ഷേ, രസതന്ത്രം അവിടെയും നിന്നില്ല. തരംതിരിക്കലിന്റെ മാനദണ്ഡത്തിന് പൂർണ്ണത ഇല്ലെന്ന് തെളിഞ്ഞു. വാതകങ്ങളുടെ കൂട്ടത്തിൽനിന്നും പ്രകാശത്തെയും, താപത്തെയും ഒഴിവാക്കി. താപവും പ്രകാശവും ഊർജ്ജരൂപങ്ങളാണെന്ന് കണ്ടെത്തി. രസം മാത്രമല്ല മൂലകം. ലോഹങ്ങളും അലോഹങ്ങളായ ഹൈഡ്രജനും, ഓക്സിജനും നൈട്രജനും ഒക്കെ മൂലകങ്ങളാണെന്ന് പിന്നീട് തിരിച്ചറിഞ്ഞു.

ലോഹങ്ങൾ, അലോഹങ്ങൾ, ആൽക്കലൈൻ എർത്ത് മൂലകങ്ങൾ, ഹാലജനുകൾ എന്നിങ്ങനെ അറുപത്തിമൂന്നോളം മൂലകങ്ങൾ മെൻഡലിയേവിന്റെ കാലത്ത് ശാസ്ത്രലോകം തിരിച്ചറിഞ്ഞിരുന്നു.

അന്നുവൈകുന്നേരം വീട്ടിൽ തിരിച്ചെത്തിയ മെൻഡലിയേവ് പുറത്തിറങ്ങാൻ കൂട്ടാക്കിയില്ല. സൗഹൃദം പുതുക്കി നഗരവീഥികളിലൂടെ നടക്കാനും പോയില്ല.

പുസ്തകരചനയുടെ ധൃതിയിലേക്ക് കടന്നു. പക്ഷേ, ഓർമ്മകൾ നുരഞ്ഞ് പൊങ്ങുന്നു. അദ്ദേഹം എഴുത്ത് നിർത്തി.

"എപ്പോഴാണ് എനിക്ക് ക്ഷയരോഗം പിടിപെട്ടത്?"
അദ്ദേഹം ചിന്തിച്ചു.

സ്വർണ്ണ മെഡലോടെ ഡിഗ്രി പൂർത്തിയാക്കിയ കാലം. അനുമോദനപ്രവാഹം. ആയിടയ്ക്കാണ് ചുമയുടെ തുടക്കം. നിലയ്ക്കാത്ത ചുമ വന്നപ്പോൾ ഡോക്ടറെ കണ്ടു.

"ക്ഷയരോഗത്തിന്റെ ലക്ഷണങ്ങളാണ്." ഡോക്ടർ പറഞ്ഞു.
ഏതാനും ദിവസങ്ങൾക്കുള്ളിൽ തന്നെ അത് സ്ഥിരീകരിച്ചു. മെൻഡലിയേവിന് ക്ഷയരോഗം. സുഹൃത്തും സഹപാഠിയുമായിരുന്ന അലക്സാണ്ടർ ബൊറോഡിനോട് ഡോക്ടർ പറഞ്ഞു.

"മെൻഡലിയേവ് അധികനാൾ ജീവിച്ചിരിക്കില്ല."

അലക്സാണ്ടർ ബൊറോഡിൻ ഒരു ഗായകനായിരുന്നു. ഒരു രസതന്ത്രജ്ഞനായ അദ്ദേഹം മെൻഡലിയേവിന്റെ സഹപ്ര വർത്തകനാണ്.

ബൊറോഡിനും സുഹൃത്തുകളും വല്ലാതെ വിഷമിച്ചു. ഡോക്ടർ പറഞ്ഞ കാര്യം മെൻഡലിയേവിനോട് പറഞ്ഞില്ല.

പക്ഷേ, മെൻഡലിയേവ് ഡോക്ടറുടെയും സഹപാഠികളു ടെയും പെരുമാറ്റത്തിൽനിന്ന് വിവരം ഊഹിച്ചെടുത്തിരുന്നു. അക്കാലത്ത് ക്ഷയരോഗം പിടിപെടുന്ന ഭൂരിപക്ഷം ജനങ്ങളും മരണപ്പെടുന്ന അവസ്ഥയായിരുന്നു. ശരിയായ മരുന്നും കണ്ടു പിടിച്ചിരുന്നില്ല.

മെൻഡലിയേവ് അമ്മയെ ഓർത്തു. അമ്മ പറഞ്ഞ വാക്കു കൾ ഓർത്തു.

"ഇല്ല. ഞാൻ കീഴടങ്ങില്ല. ക്ഷയരോഗത്തിന് കീഴടങ്ങില്ല." മെൻഡലിയേവ് ശപഥം ചെയ്തു.

ഡോക്ടർ പറഞ്ഞതുപോലെ മരുന്നു കഴിച്ചു. വിശ്രമം എടുത്തു. ക്ഷയരോഗം തന്നോടിടപെടുന്നവർക്ക് പകരാൻ ഇട യുണ്ടെന്ന് മെൻഡലിയേവ് മനസ്സിലാക്കി. സുഹൃത്തുക്കളിൽ നിന്ന് മാറി താമസിക്കാൻ തീരുമാനിച്ചു. 1855 ൽ സെന്റ് പീറ്റേഴ്സ് ബർഗ് വിട്ട് ബ്ലാക്ക് സമുദ്രത്തിന്റെ വടക്കേ തീരത്തുള്ള ക്രിമി യൻ ഉപദ്വീപിലേക്ക് പോയി. അവിടെ സിമോഫെറോപോൾ എന്ന പ്രദേശത്ത് താമസമാക്കി.

ജോലി വേണം. അദ്ധ്യാപകനാകാനുള്ള യോഗ്യത നേടിയി ട്ടുണ്ട്. രോഗത്തെ അതിജീവിക്കുകയും വേണം. ജോലിക്കായി സ്കൂളുകൾ അന്വേഷിച്ചു. ഒടുവിൽ സിമോഫെറോപോൾ ജിംനേ ഷനിൽ അദ്ധ്യാപകനായി. കായികവും ബൗദ്ധികവുമായ വിദ്യാഭ്യാസം നല്കുന്ന സ്കൂളുകളാണ് ജിംനേഷൻ. ശാസ്ത്രാ ദ്ധ്യാപകനായിട്ടാണ് ജോലിയിൽ പ്രവേശിച്ചത്.

ക്ഷയരോഗം വിട്ട് മാറാൻ തുടങ്ങി. മെൻഡലിയേവിന്റെ നിശ്ചയദാർഢ്യത്തിനു മുന്നിൽ ഒടുവിൽ ക്ഷയരോഗം കീഴടങ്ങി.

ആരോഗ്യം വീണ്ടെടുത്തു. ഇനി മടങ്ങണം. കുറച്ചു നാളത്തെ അദ്ധ്യാപക ജീവിതത്തിന് തിരശ്ശീല വീണു. 1855 ൽ

തന്നെ തിരിച്ച് സെന്റ് പീറ്റേഴ്സ്ബർഗിലേക്ക്. വീണ്ടും പഴയ സുഹൃത്തുക്കളോടൊപ്പം.

പഠനം തുടരാൻ അദ്ദേഹം ആഗ്രഹിച്ചു. സെന്റ് പീറ്റേഴ്സ് ബർഗ് സ്റ്റേറ്റ് യൂണിവേഴ്സിറ്റിയിൽ രസതന്ത്രത്തിൽ മാസ്റ്റർ ബിരു ദത്തിന് ചേർന്നു. സിലിക്കേറ്റുകളെക്കുറിച്ചുള്ള പഠനത്തിന് അവിടെനിന്നും മാസ്റ്റർ ബിരുദം നേടി. 1856 ൽ അങ്ങനെ 23-ാം വയസ്സിലേക്ക് കടക്കും മുമ്പുതന്നെ അദ്ദേഹം മാസ്റ്റർ ബിരുദധാരിയായി.

ഒരു ഗവേഷണവിദ്യാർത്ഥിയായി അദ്ദേഹം പഠനം തുടർന്നു. അപ്പോഴാണ് പടിഞ്ഞാറൻ യൂറോപ്പിൽ പോയി ഗവേഷണം തുട രാൻ അവസരം കൈവന്നത്. പലരും അപേക്ഷ നല്കി. യോഗ്യത നേടിയത് മെൻഡലിയേവ് ആയിരുന്നു. 1859 ൽ രസതന്ത്ര ഗവേ ഷണത്തിന് ജർമ്മനിയിലെ ഹെയ്ഡൽ ബർഗ് യൂണിവേഴ്സിറ്റി യിലേക്ക് യാത്ര തിരിച്ചു.

ഹെയ്ഡൽ ബർഗ് യൂണിവേഴ്സിറ്റിയിലെ അനുഭവങ്ങൾ ഓർത്തുകൊണ്ട് അദ്ദേഹം ഉറങ്ങാൻ കിടന്നു.

പിറ്റേ ദിവസം കൃത്യസമയത്തിന് തന്നെ മെൻഡലിയേവ് ക്ലാസിലെത്തി. അന്നു ക്ലാസിലെത്തിയപ്പോൾ ചർച്ചകൾക്കിടയിൽ ജർമ്മനിയും ഹെയ്ഡൽ ബർഗ് യൂണിവേഴ്സിറ്റിയും കടന്ന് വന്നു. കഴിഞ്ഞ രാത്രിയിൽ അക്കാര്യങ്ങളെക്കുറിച്ച് മെൻഡലി യേവ് ഓർത്തിരുന്നുവല്ലോ.

വിദ്യാർത്ഥികൾക്ക് മെൻഡലിയേവിന്റെ ഹെയ്ഡൽ ബർഗ് അനുഭവങ്ങൾ കേൾക്കണം. അവർ നിർബ്ബന്ധം പിടിച്ചു.

ഹെയ്ഡൽ ബർഗ് അനുഭവങ്ങൾ മെൻഡലിയേവ് ഓർക്കാൻ ശ്രമിച്ചു. അദ്ദേഹം അനുഭവങ്ങൾ പറയാൻ തുടങ്ങി.

"വിവിധ രാജ്യങ്ങളിൽ നിന്നെത്തിയ ശാസ്ത്രജ്ഞന്മാർ. അറിവുകളും അനുഭവങ്ങളും പങ്കുവയ്ക്കാൻ ചർച്ചാ ക്ലാസു കൾ, സംവാദങ്ങൾ, പരീക്ഷണ നിരീക്ഷണ പ്രവർത്തനങ്ങൾ. ഗവേഷണ റിപ്പോർട്ടുകളും ജേർണലുകളും പുസ്തകങ്ങളും കൊണ്ട് നിറഞ്ഞ ലൈബ്രറി. ശാസ്ത്രത്തിന്റെ പുതുലോകം. അനുഭവങ്ങൾ പങ്കിടുമ്പോഴും സൗഹൃദങ്ങൾ തേടുമ്പോഴും ലഭി ക്കുന്ന ആനന്ദം.

ശിഷ്യന്മാർ കൗതുകത്തോടെ അദ്ദേഹം പറയുന്നത് കേട്ടു കൊണ്ടിരുന്നു.

"രസതന്ത്രമേഖലയിൽ പല പുതിയ അനുഭവങ്ങൾ നേടു വാൻ ഹെയ്ഡൽ ബർഗ് യൂണിവേഴ്സിറ്റിയിലെ പഠനം എന്നെ സഹായിച്ചു. റോബർട്ട് ബുൻസനും ഗുസ്തോവ് കിർച്ചോഫും ഓർമ്മകളിൽ നിറഞ്ഞു നില്ക്കുന്നു."

മെൻഡലിയേവിന്റെ മുഖത്ത് സന്തോഷം അലയടിക്കുന്നത് അദ്ദേഹത്തിന്റെ വിദ്യാർത്ഥികൾ നിരീക്ഷിച്ചു.

"ആരാണ് റോബർട്ട് ബുൻസൻ? ആരാണ് കിർച്ചോഫ്?"

ചോദ്യത്തിന് ഉത്തരം കിട്ടും മുമ്പു തന്നെ അദ്ദേഹം അടുത്ത ചോദ്യവും ചോദിച്ചു.

"എന്താണ് രസതന്ത്രത്തിന് അവർ നല്കിയ സംഭാവനകൾ?"

തെല്ലുനേരം ഒന്നും മിണ്ടാതെ അദ്ദേഹം സദസ്സിനെ നോക്കി യിരുന്നു. എന്നിട്ട് അദ്ദേഹം തുടർന്നു.

"ബുൻസനും, കിർച്ചോഫും പ്രശസ്ത ശാസ്ത്രജ്ഞന്മാ രാണ്. അവരോടൊപ്പം കുറച്ചുനാൾ പ്രവർത്തിക്കുവാൻ എനി ക്കവൈസരം കിട്ടിയത് വലിയ ഭാഗ്യം."

അദ്ദേഹം ബുൻസന്റെയും കിർച്ചോഫിന്റെയും സംഭാവന കളെക്കുറിച്ച് പറയാൻ തുടങ്ങി.

"രാസ സ്പെക്ട്രോസ്കോപ്പിയുടെ ഉപജ്ഞാതാക്കളാണ് ഇരുവരും. പദാർത്ഥങ്ങൾ കത്തുമ്പോഴുണ്ടാകുന്ന ജ്വാല ഒരു പ്രിസത്തിലൂടെ കടത്തിവിടുന്നു. ഇങ്ങനെ ലഭിക്കുന്ന വർണ്ണ രാജി നിരീക്ഷിച്ച് അപഗ്രഥിച്ച് പഠിക്കുന്ന രീതിയാണ് സ്പെക് ട്രോസ്കോപ്പി. ഇതിനുപയോഗിക്കുന്ന ഉപകരണമാണ് സ്പെ ക്ട്രോസ്കോപ്പ്."

വിദ്യാർത്ഥികൾ കൂടുതൽ കാര്യങ്ങൾ അറിയാൻ ആഗ്ര ഹിച്ചു. അത് അവരുടെ മുഖത്തുനിന്ന് മെൻഡലിയേവ് വായി ച്ചെടുത്തു.

"സ്പെക്ട്രോസ്കോപ്പിയെക്കുറിച്ച് കൂടുതൽ കാര്യങ്ങൾ ഞാൻ പഠിച്ചത് അവരിൽ നിന്നായിരുന്നു."

മെൻഡലിയേവ് ഇക്കാര്യം പറയുമ്പോൾ അദ്ദേഹം വലിയ ആവേശത്തിലായിരുന്നു.

"രാസ സ്പെക്ട്രാസ്കോപ്പിയിലൂടെ ബുൻസനും കിർ ച്ചോഫും ഒരു മൂലകം കണ്ടുപിടിച്ചിട്ടുണ്ട്. അതാണ് സീസിയം എന്ന മൂലകം."

രസതന്ത്ര ചരിത്രത്തിലെ ആദ്യ അന്തർദ്ദേശീയ സമ്മേളനം അദ്ദേഹത്തിന്റെ ഓർമ്മയിൽ വന്നു. അതു പറയുമ്പോൾ മെൻഡ ലിയേവിന് ആയിരം നാവുള്ളപോലെ തോന്നിച്ചു.

"1860 സെപ്തംബർ മൂന്ന്. വസന്തകാലം. അന്നാണ് രസത ന്ത്രചരിത്രത്തിലെ ആദ്യ അന്താരാഷ്ട്ര സമ്മേളനം നടന്നത്. സമ്മേളനത്തിൽ റഷ്യയെ പ്രതിനിധീകരിച്ച് പങ്കെടുക്കുവാൻ എനിക്ക് ക്ഷണംകിട്ടി. ജർമ്മനിയിലെ കാൾസ്രുഹെയിൽ വച്ചാ യിരുന്നു ആ സമ്മേളനം നടന്നത്. ഏകദേശം നൂറ്റിയിരുപതില ധികം രസതന്ത്ര ശാസ്ത്രജ്ഞന്മാർ ആ മഹാ സമ്മേളനത്തിൽ പങ്കെടുത്തു. ആഗസ്റ്റ്കെക്കുലെ, കാൾ വെൽട്സെൻ, അഡോൾഫ് വുട്സ് എന്നീ ശാസ്ത്രജ്ഞന്മാർക്കായിരുന്നു സമ്മേളനത്തിന്റെ സംഘാടന ചുമതല.

അവിടെവെച്ച് വിവിധ രാജ്യങ്ങളിലെ ശാസ്ത്രജ്ഞന്മാരെ പരി ചയപ്പെടുവാനും അവരുടെ ഗവേഷണപ്രവർത്തനങ്ങൾ പങ്കു വയ്ക്കുവാനും എനിക്ക് അവസരം ലഭിച്ചു. എന്റെ ജീവിതത്തിലെ മികച്ച അനുഭവങ്ങളിലൊന്ന്.

ഓരോ രാജ്യത്തിലെയും രസതന്ത്ര ഗവേഷണത്തിന്റെ അവ സ്ഥയും എനിക്ക് മനസ്സിലാക്കാൻ കഴിഞ്ഞു. ഈ മേഖലയിൽ റഷ്യ ഇനി ഏറെ മുന്നോട്ട് പോകാനുണ്ട് എന്ന തിരിച്ചറിവ് എനിക്ക് ലഭിച്ചു." മെൻഡലിയേവ് ചൂണ്ടിക്കാണിച്ചു.

"എന്തൊക്കെ കാര്യങ്ങളാണ് അവിടെ ചർച്ച ചെയ്തത്?" വിദ്യാർത്ഥികൾ ആകാംക്ഷയോടെ ചോദിച്ചു.

മെൻഡലിയേവ് വാചാലനായി.

"രസതന്ത്രം വളർന്നുകൊണ്ടിരിക്കുകയാണ്. അതിലൂടെ നാം പ്രപഞ്ചത്തെ കൂടുതൽ അറിയുകയാണ്. അണുവിനുള്ളിലേക്കും അന്വേഷണത്തിനൊരുങ്ങുകയാണ്. വരും നാളുകളിൽ കൂടു തൽ കൂടുതൽ പ്രപഞ്ച സത്യങ്ങൾ പുറത്തു വരും.

ഇങ്ങനെ ഒരവസ്ഥയിൽ രസതന്ത്രത്തിന്റെ വളർച്ചയ്ക്ക് സഹായകരമാം വിധം ചില ചിട്ടവട്ടങ്ങൾ ഉണ്ടാകണം. എല്ലാ

ദേശത്തിനും ബാധകമായ ചില അടിസ്ഥാന പ്രമാണങ്ങൾ രൂപീ കരിക്കപ്പെടണം. നിലനില്ക്കുന്ന പ്രശ്നങ്ങൾ ദുരീകരിക്കപ്പെ ടണം. ഇതനുസരിച്ചാകണം രസതന്ത്രം വികസിക്കേണ്ടത്."

"ഒന്നുകൂടി വ്യക്തമാക്കാമോ?" ക്ലാസിൽനിന്നും പ്രതിക രണം വന്നു.

"ഉദാഹരണത്തിന് ഒരു പദാർത്ഥത്തിന് റഷ്യയിലുള്ള പേരാ യിരിക്കില്ല ജർമ്മനിയിൽ ഉണ്ടാകുക. അപ്പോൾ ലോകത്ത് എല്ലാ യിടത്തും രസതന്ത്രഭാഷയിൽ ഒരു പേരുണ്ടാകണ്ടേ? എങ്കിലല്ലേ അന്യോന്യം ആശയവിനിമയം നടത്താനാകൂ. പ്രതീകങ്ങൾ, രാസസൂത്രം ഇവയ്ക്കെല്ലാം പൊതുരീതികൾ വേണ്ടേ? ജല ത്തിന്റെ രാസസൂത്രം OHഎന്നാണോ എഴുതേണ്ടത് അതോ H_2O എന്നാണോ?

ഇനി അറ്റോമിക ഭാരത്തിന്റെ കാര്യമെടുക്കൂ. ചില മൂലക ങ്ങളുടെ അറ്റോമിക ഭാരത്തിന്റെ കാര്യത്തിൽ അവ്യക്തതകൾ നിലനില്ക്കുന്നുണ്ട്. അതിലെല്ലാം കൃത്യത വരണം. രസതന്ത്ര ത്തിലെ ഗവേഷണപ്രവർത്തനങ്ങൾക്ക് അടുക്കും ചിട്ടയും വരണം." മെൻഡലിയേവ് തുടർന്നു.

"അറ്റോമിക ഭാരം, പ്രതീകങ്ങൾ, രാസസൂത്രങ്ങൾ, ഗവേ ഷണരീതികൾ എന്നിവ മാത്രമല്ല ചർച്ചയ്ക്ക് വന്നത്. അവഗാ ഡ്രോനിയമവും അവതരിപ്പിച്ചു. ഒരേ ഊഷ്മാവിലും മർദ്ദത്തിലും തുല്യവ്യാപ്തം വാതകങ്ങളിലടങ്ങിയിരിക്കുന്ന തന്മാത്രകളുടെ എണ്ണം തുല്യമായിരിക്കും എന്ന അവഗാഡ്രോ നിയമം വ്യക്തത യോടെ അന്നവിടെ അവതരിപ്പിച്ചു. അതെനിക്ക് പഠിക്കാനായി. രസതന്ത്രത്തിന്റെ വളർച്ചയ്ക്ക് വേണ്ട കൂടൊരുക്കാൻ അങ്ങനെ ആദ്യ അന്താരാഷ്ട്രസമ്മേളനത്തിനായി."

"എത്രകാലം ജർമ്മനിയിലെ ഗവേഷണപഠനം തുടർന്നു? അതുകഴിഞ്ഞ് എന്നാണ് തിരിച്ച് എത്തിയത്? മടങ്ങിവന്ന ശേഷം എന്തൊക്കെ പ്രവർത്തനങ്ങളിലാണ് ഏർപ്പെട്ടത്?" ഇങ്ങനെ നിര വധി ചോദ്യങ്ങൾ ഉയർന്നുവന്നു.

ചോദ്യങ്ങൾ ചോദിക്കാൻ വിദ്യാർത്ഥികളെ അദ്ദേഹം പ്രോത്സാഹിപ്പിച്ചുകൊണ്ടിരുന്നു. "1859 മുതൽ 1861 വരെ ഞാൻ ഹെയ്ഡൽ ബർഗ് യൂണിവേഴ്സിറ്റിയിലുണ്ടായിരുന്നു. അതിനി

ടയിലായിരുന്നല്ലോ ആദ്യ അന്തർദ്ദേശീയ രസതന്ത്രസമ്മേളനം. രസതന്ത്രസമ്മേളനത്തിൽ വച്ച് എനിക്ക് ഒരു കാര്യം ബോദ്ധ്യ പ്പെട്ടു. റഷ്യ രസതന്ത്ര ശാഖയിൽ ഏറെ മുന്നോട്ട് പോകാനുണ്ട്. രസതന്ത്രം കുട്ടികൾ നന്നായി പഠിക്കണം. അവർ ഗവേഷകരാ കണം. നല്ല ഗവേഷണം നടക്കണം. അതിലെനിക്ക് എന്തു ചെയ്യാ നാകും? അതായിരുന്നു എന്റെ ചിന്ത.

ഗവേഷണ പഠനം കഴിഞ്ഞ് തിരിച്ച് വന്ന് നിക്കോലെവ് എഞ്ചിനീയറിങ് ഇൻസ്റ്റിറ്റ്യൂട്ടിൽ ഞാൻ അദ്ധ്യാപകനായി. ദ്രാവ കങ്ങളുടെ കേശികത്വത്തെക്കുറിച്ച് പഠിച്ച് പ്രബന്ധം തയ്യാറാക്കി. സൂക്ഷ്മ കുഴലുകളിലൂടെയുള്ള ദ്രാവകങ്ങളുടെ കയറ്റം അതിനെ ക്കുറിച്ചുള്ള പഠനമാണ് ദ്രാവകങ്ങളുടെ കേശികത്വ പഠനം."

രസതന്ത്രത്തിൽ മാത്രമല്ല ഊർജ്ജതന്ത്രത്തിലും മെൻഡ ലിയേവ് പ്രാഗത്ഭ്യം തെളിയിച്ചിട്ടുണ്ട്.

"ഓർഗാനിക് കെമിസ്ട്രി പാഠപുസ്തകം സർ രചിച്ചിട്ടു ണ്ടല്ലോ. അതിനിടയായ സാഹചര്യം എന്താണ്?"

രസതന്ത്രത്തിൽ ഓർഗാനിക് കെമിസ്ട്രിയെക്കുറിച്ചു ഗവേ ഷണ പഠനകാലത്ത് ഞാൻ ചർച്ച നടത്തിയിരുന്നു. അതെ, കാർബണിക രസതന്ത്രം തന്നെ. ഓർഗാനിക് കെമിസ്ട്രിയിലെ പ്രഗത്ഭ വ്യക്തികളുമായി എനിക്ക് ജർമ്മനിയിൽ വച്ച് ഇടപെ ടാൻ അവസരം ലഭിച്ചു. ബൻസിൻ എന്ന സംയുക്തത്തിന്റെ തന്മാ ത്രയിൽ ആറു കാർബൺ ആറ്റങ്ങൾ ഉണ്ടെന്നും അവ വലയ രൂപത്തിലാണെന്നും പ്രസ്താവിച്ച കെക്കുലെ. അതുപോലെ അൽക്കൈൽ ഹാലിഡും സോഡിയവും തമ്മിൽ ഈഥറിന്റെ സാന്നിദ്ധ്യത്തിൽ പ്രവർത്തിപ്പിച്ച് ഉയർന്ന ആൽക്കെയ്ൻ നിർമ്മി ക്കാമെന്ന് കണ്ടെത്തിയ വുട്സ്. ഈ പ്രവർത്തനം വുട്സ് റിയാ ക്ഷൻ എന്നാണറിയപ്പെടുന്നത്. ഓർഗാനിക് കെമിസ്ട്രിയിൽ തന്നെ മുന്നോട്ട് പോകാം എന്നു ഞാൻ നിശ്ചയിച്ചു.

"ഓർഗാനിക് കെമിസ്ട്രി ബുദ്ധിമുട്ടില്ലാതെ കുട്ടികൾക്ക് പഠി ക്കാൻ കഴിയണം. ഇന്നതിന് പാഠപുസ്തകമില്ല. റഷ്യൻ ഭാഷ യിൽ തന്നെയുള്ള മെച്ചപ്പെട്ട പാഠപുസ്തകമാണ് വേണ്ടത്. സ്വന്തം ഭാഷയിൽ തന്നെ കുട്ടികൾ പഠിക്കണം. അതനിവാര്യ മായ കാര്യമാണ്. എങ്കിലേ പഠനം രസകരമാകുകയുള്ളൂ." മെൻഡ

ലിയേവ് പറഞ്ഞു:

"അന്നത്തെ അനുഭവം ഒന്നുവിവരിക്കാമോ?"

"പറയാമല്ലോ."

"എനിക്കന്ന് 27 വയസ്സ് പ്രായം. ഊണുമുറക്കവും ഉപേക്ഷി ച്ചുകൊണ്ടുള്ള രചന. അറുപത്തിയെന്ന് ദിവസംകൊണ്ട് അഞ്ഞൂറുപേജുള്ള പുസ്തകം. *ഓർഗാനിക് കെമിസ്ട്രി* പുസ് തകം തയ്യാറാക്കി പ്രസിദ്ധീകരിച്ചു. പുസ്തകത്തിന് ആവേശക രമായ സ്വീകരണം. റഷ്യ മുഴുവൻ പുസ്തകം വിതരണം ചെയ്യ പ്പെട്ടു. രസതന്ത്രത്തിലെ റഷ്യയുടെ പുതിയ കാൽവയ്പ്. 1861 ൽ തന്നെയാണ് ആ പുസ്തകം പ്രസിദ്ധീകരിച്ചത്.

ഓർഗാനിക് കെമിസ്ട്രി എന്ന പുസ്തകം റഷ്യയിലെ സർവ്വ കലാശാലകളും കോളേജുകളും സന്തോഷത്തോടെ ഏറ്റുവാങ്ങി. ഓർഗാനിക് കെമിസ്ട്രിക്ക് പാഠപുസ്തകം വന്നതോടെ ആ മേഖ ലയിലുള്ള പഠനം മെച്ചപ്പെടാൻ തുടങ്ങി."

ഓർഗാനിക് കെമിസ്ട്രി എന്ന പുസ്തകത്തിന് മെൻഡലി യോവിന് ടോമിടോവ് പുരസ്കാരം ലഭിച്ചു. സെന്റ് പീറ്റേഴ്സ് ബർഗ് ശാസ്ത്ര അക്കാദമി നല്കുന്ന ദേശീയ ശാസ്ത്ര പുര സ്കാരമാണ് ടോമിടോവ് പുരസ്കാരം. ടോമിടോവ് എന്ന റഷ്യൻ കുലീന കുടുംബത്തിലെ പവേൽ നിക്കോലവിച്ച് ടൊമിടോവ് അദ്ദേഹത്തിന്റെ പേരിൽ 1831 ൽ ഏർപ്പെടുത്തിയതാണ് ഈ പുര സ്കാരം. 1866 വരെ ഇത് തുടർന്നു.

പിന്നീട് വർഷങ്ങൾ കഴിഞ്ഞ് 1993 ൽ റഷ്യൻ സർക്കാർ റഷ്യൻ ശാസ്ത്ര അക്കാദമിയുടെ നേതൃത്വത്തിൽ ടോമിലോവ് ദേശീയ പുരസ്കാരം പുനഃസ്ഥാപിച്ചിട്ടുണ്ട്.

ടോമിടോവ് ദേശീയ പുരസ്കാരം മെൻഡലിയേവിന് റഷ്യൻ അക്കാദമിക സമൂഹത്തിൽ വലിയ ആദരവാണ് നേടിക്കൊടു ത്ത്. വ്യക്തി പ്രഭാവമുള്ള അദ്ധ്യാപകൻ, ഗവേഷകൻ, എഴു ത്തുകാരൻ, പ്രഭാഷകൻ എന്നീ നിലകളിൽ പ്രശസ്തനായി. അദ്ദേഹത്തിന് സ്ഥാനക്കയറ്റങ്ങൾ ലഭിച്ചു.

1864 ൽ അദ്ദേഹം സെന്റ് പീറ്റേഴ്സ്ബർഗ് ടെക്നോളജി ക്കൽ ഇൻസ്റ്റിറ്റ്യൂട്ടിൽ പ്രൊഫസറായി പ്രവേശിച്ചു."

"ഡോക്ടറേറ്റ് ലഭിക്കുന്നതിനു വേണ്ടി അങ്ങ് നടത്തിയ ഗവേ ഷണം എന്തായിരുന്നു.?"

"ജലവും ആൽക്കഹോളും തമ്മിലുള്ള സമ്മിശ്രണം. അതിനെക്കുറിച്ചായിരുന്നു ഗവേഷണ പഠനം. *On the Combinations of Water and Alcohol* എന്ന പ്രബന്ധത്തിനായിരുന്നു ഡോക്ടർ ഓഫ് സയൻസ് ലഭിച്ചത്.

1865 ൽ പ്രൊഫസർ പദവിയിൽ തന്നെ സെന്റ് പീറ്റേഴ്സ് ബർഗ് സ്റ്റേറ്റ് യൂണിവേഴ്സിറ്റിയിൽ ഞാൻ നിയമിതനായി. പിന്നീട് എന്റെ ശ്രദ്ധ മുഴുവൻ അകാർബണിക രസതന്ത്രത്തിലേക്ക് മാറ്റി. സെന്റ് പീറ്റേഴ്സ് ബർഗ് സ്റ്റേറ്റ് യൂണിവേഴ്സിറ്റിയിൽ കയറി മൂന്ന് വർഷമായപ്പോൾ അദ്ദേഹം *രസതന്ത്രത്തിലെ തത്ത്വങ്ങൾ - The Principles of Chemistry* എന്ന പുസ്തകത്തിന്റെ വാല്യം ഒന്ന് എഴുതി പ്രസിദ്ധീകരിച്ചു. 1868 ലാണ് പ്രസിദ്ധീകരിച്ചത്. ജർമ്മൻ, ഇംഗ്ലീഷ്, ഫ്രെഞ്ച് എന്നീ ഭാഷകളിലേക്ക് അത് മൊഴി മാറ്റം ചെയ്യപ്പെട്ടു."

ഇന്നദ്ദേഹം *രസതന്ത്രത്തിലെ തത്ത്വങ്ങൾ* വാല്യം രണ്ടിന്റെ രചനയിലാണ്.

"വലിയ നന്ദിയുണ്ട്. അങ്ങ് പങ്കുവച്ച അനുഭവങ്ങൾ ഞങ്ങൾക്ക് വളരെയധികം പ്രചോദനം നല്കുന്നുണ്ട്. രസതന്ത്ര ഗവേഷകരാകാൻ ഞങ്ങളിൽ ആഗ്രഹം ഉദിക്കുന്നുണ്ട്. *രസതന്ത്ര ത്തിലെ തത്ത്വങ്ങൾ* വാല്യം ഒന്നിന് ലഭിച്ച വിശ്വപ്രശസ്തി വാല്യം രണ്ടിനും ലഭിക്കുമെന്ന് ഉറപ്പാണ്. രണ്ടാം വാല്യം എത്രയും പെട്ടെന്ന് പൂർത്തീകരിക്കാൻ സാധിക്കുമാറാകട്ടെ എന്ന് ഞങ്ങൾ ആശംസിക്കുന്നു." വിദ്യാർത്ഥികളുടെ ലീഡർ പറഞ്ഞു. ക്ലാസിൽ കരഘോഷമുയർന്നു.

ദി പ്രിൻസിപ്പിൾസ് ഓഫ് കെമിസ്ട്രി വാല്യം രണ്ടിന്റെ പൂർത്തീകരണം ഉടൻ തീർക്കണമെന്ന് മെൻഡലിയേവ് വിചാ രിച്ചു.

ശിഷ്യഗണങ്ങൾ നല്കിയ ആശംസകളും അനുമോദന ങ്ങളും അദ്ദേഹത്തിന് ആവേശമായി.

രാത്രികളാണ് മെൻഡലിയേവിന്റെ ഉറ്റ ചങ്ങാതിമാർ. ഏകാ ന്തതയിൽ ചിന്തകൾക്ക് തെളിച്ചമേറും.

മൂലകങ്ങളുടെ കാർഡുകൾ നിരത്തും മുമ്പ് ലാവോസിയ 1789 ൽ പ്രസിദ്ധീകരിച്ച *Elementary Treatise on Chemistry* എന്ന പുസ്തകം അദ്ദേഹം തെരഞ്ഞു. ആദ്യത്തെ ആധുനിക രസതന്ത്ര ടെക്സ്റ്റ് ബുക്കാണത്. ഈ പുസ്തകം തനിക്കും പുസ്തകരചനയ്ക്ക് പ്രചോദനം നല്കിയിട്ടുണ്ട്. ലവോസിയെ മൂലകങ്ങളെ വർഗ്ഗീകരിച്ചിരുന്നു. വാതകങ്ങൾ, ലോഹങ്ങൾ, അലോഹങ്ങൾ, എർത്ത്സ് എന്നിങ്ങനെ. പിന്നീട് രസതന്ത്രം വളർന്നപ്പോൾ ആ വർഗ്ഗീകരണത്തിലെ ചില അപാകതകൾ വെളിച്ചത്തു വന്നു. ഇക്കാര്യം നേരത്തേ ചർച്ച ചെയ്തുവല്ലോ. അറിവുകൾ അങ്ങനെയാണ്. അത് വിമർശന വിധേയമാകും. പുതുക്കപ്പെടും.

'മൂലകങ്ങളുടെ ഗുണധർമ്മങ്ങളിൽ വൈരുദ്ധ്യങ്ങളുണ്ട്. ഈ വൈരുദ്ധ്യങ്ങളുടെ അടിസ്ഥാന കാരണം അറ്റോമിക ഭാരമാണ് എന്ന കാര്യം വ്യക്തമായിട്ടുണ്ട്.' മെൻഡലിയേവ് ചിന്തിച്ചു.

ജോഹാൻവുൾഫ് ഗാങ് ഡൊബൈറെനർ മൂലകങ്ങളെ വർഗ്ഗീകരിച്ച രീതി അദ്ദേഹത്തിന്റെ ചിന്തകളിൽ കടന്നുവന്നു.

1817 ലാണ് ഡൊബൈറെനർ മൂലകങ്ങളെ ത്രികങ്ങൾ ആയി വർഗ്ഗീകരിച്ചത്. മൂന്ന് ത്രികങ്ങൾ അദ്ദേഹമെടുത്തു. ക്ലോറിൻ, ബ്രോമിൻ, അയോഡിൻ എന്ന ത്രികം. കാത്സ്യം, സ്ട്രോൺഷ്യം, ബേരിയം എന്ന ത്രികം. ലിഥിയം, സോഡിയം, പൊട്ടാസ്യം എന്ന ത്രികം. ത്രികങ്ങൾക്ക് നടുവിലെ മൂലകത്തിന്റെ അറ്റോമിക ഭാരം ഒന്നാമത്തെയും മൂന്നാമത്തെയും മൂലകങ്ങളുടെ അറ്റോമിക ഭാര ങ്ങളുടെ ശരാശരിയാണെന്ന് അദ്ദേഹം സമർത്ഥിക്കാൻ ശ്രമിച്ചു. ഉദാഹരണത്തിന് ലിഥിയത്തിന്റെ അറ്റോമിക ഭാരം 7. പൊട്ടാ സ്യത്തിന്റേത് 39. ഇവ രണ്ടിന്റേയും ശരാശരിയായ 23 ആണ് സോഡിയത്തിന്റെ അറ്റോമിക ഭാരം. ഇതു പോലെ മറ്റു രണ്ട് ത്രികങ്ങളുടെയും സവിശേഷത ഡൊബൈറെനർ വെളിപ്പെടു ത്തി. പക്ഷേ, ഡൊബൈറെനർക്ക് അന്നറിയപ്പെട്ടിരുന്ന എല്ലാ മൂലകങ്ങളെയും ത്രികങ്ങളായി തരംതിരിക്കാൻ കഴിഞ്ഞില്ല.

ഡിഷാൻ കോർത്വാ എന്ന ശാസ്ത്രജ്ഞനെക്കുറിച്ച് മെൻഡ ലിയേവ് ഓർത്തു. അലമാരയിൽ ഉണ്ടായിരുന്ന അദ്ദേഹത്തിന്റ

പ്രബന്ധം തെരഞ്ഞു. അത് കിട്ടിയ സന്തോഷം അദ്ദേഹത്തിന്റെ മുഖത്ത് കാണാമായിരുന്നു.

'ടെല്ലൂറിക് ഹെലിക്സ്.' മെൻഡലിയേവ് മന്ത്രിച്ചു.

മൂലകങ്ങളുടെ വർഗ്ഗീകരണത്തിന് ശ്രമിച്ചയാളാണ് ഡിഷാൻ കോർത്വാ. അദ്ദേഹത്തിന്റെ പ്രബന്ധം മെൻഡലിയേവ് മറിച്ചു നോക്കി. മൂലകങ്ങളുടെ വർഗ്ഗീകരണം പ്രതിപാദിച്ചിട്ടുള്ള ഭാഗം അദ്ദേഹം വായിച്ചു.

മൂലകങ്ങളെ ഒരു വൃത്തസ്തംഭത്തിനു ചുറ്റും സർപ്പിളാകൃ തിയിൽ അറ്റോമിക ഭാരത്തിന്റെ അവരോഹണക്രമത്തിൽ ഡിഷാൻ കോർത്വാ അടുക്കി നോക്കി. ഒരേ ഗുണമുള്ള മൂലക ങ്ങൾ ഒരു വരിയിൽ താഴെത്താഴെയായി വരുന്നത് അദ്ദേഹം കണ്ടു. ഇതിനെ ഡിഷാൻ കോർത്വാ വിളിച്ചത് ടെല്ലൂറിക് ഹെലിക്സ് എന്നാണ്. മൂലകങ്ങളോടൊപ്പം ചില അയോണു കളും ചില സംയുക്തങ്ങളും ഇതിൽ പെട്ടിരുന്നു. 1862 ലാണ് ടെല്ലൂറിക് ഹെലിക്സ് രൂപംകൊണ്ടത്.

മെൻഡലിയേവ് ടെല്ലൂറിക് ഹെലിക്സിന്റെ ദൃശ്യം ഭാവന യിൽ കണ്ടു. മൂലക ചീട്ടുകൾ നിരത്തുമ്പോൾ അറ്റോമിക ഭാര ത്തിന്റെ അവരോഹണക്രമം കണക്കിലെടുക്കണമെന്ന് അദ്ദേഹം വിചാരിച്ചു.

നാലു വർഷം മുമ്പ് 1865 ൽ ജോൺ ന്യൂലാൻഡ്സ് കൊണ്ടു വന്ന വർഗ്ഗീകരണ രീതിയെക്കുറിച്ചും മെൻഡലിയേവ് ചിന്തിച്ചു. ന്യൂലാൻഡ്സിന്റെ തരംതിരിക്കലിനെ വളരെ ഗൗരവത്തോടെ യാണ് മെൻഡലിയേവ് സമീപിച്ചത്. ന്യൂലാൻഡ്സ് ചിന്തിച്ച വഴി എന്തായിരുന്നു?

ന്യൂലാൻഡ്സ് അന്നറിയപ്പെട്ടിരുന്ന 56 മൂലകങ്ങളെ അറ്റോ മിക ഭാരത്തിന്റെ ആരോഹണക്രമത്തിൽ അടുക്കി ഒരു പട്ടിക ഉണ്ടാക്കി. ഓരോ എട്ടാമത്തെ മൂലകവും ആദ്യത്തെ മൂലകത്തിന്റെ ഗുണധർമ്മങ്ങൾ കാണിക്കുന്നതായി അദ്ദേഹം കണ്ടു. സംഗീ തത്തിന്റെ സ്വരങ്ങൾ പോലെ. ഇതിൽ നിന്നദ്ദേഹം അഷ്ടക നിയമം – Law of Octaves പ്രസ്താവിച്ചു. മൂലകങ്ങൾ അറ്റോ മിക ഭാരത്തിന്റെ ആരോഹണ ക്രമത്തിൽ അടുക്കുമ്പോൾ എട്ടാ

മത്തെ മൂലകം ആദ്യത്തെ മൂലകത്തിന്റെ ഗുണധർമ്മങ്ങൾ പ്രക
ടിപ്പിക്കുന്നു. ഇതാണ് അഷ്ടക നിയമം.

ടെല്ലൂറിക് ഹെലിക്സ് ന്യൂലാൻഡ്സിന്റെ ചിന്തകൾക്ക് വള
മേകിയിട്ടുണ്ടാകാം.

ശാസ്ത്രലോകം അഷ്ടകനിയമത്തെ വിമർശനാത്മകമായി
പരിശോധിച്ചു. അത്തരം പരിശോധനകളും മെൻഡലിയേവിന്റെ
ചിന്തകളിൽ കടന്നുവന്നു. കാത്സ്യം വരെ മാത്രമേ അഷ്ടക
നിയമം പാലിക്കുന്നുള്ളൂ. ഉയർന്ന അറ്റോമിക മാസുള്ള മൂലക
ങ്ങളിലേക്ക് കടക്കുമ്പോൾ നിയമം പരാജയപ്പെടുന്നു.

"എന്തായാലും അറ്റോമിക ഭാരത്തിന് ചില കാര്യങ്ങൾ വെളി
പ്പെടുത്താനുണ്ട്?"മെൻഡലിയേവ് ചിന്തയിൽ മുഴുകി.

"ശാസ്ത്രത്തിന്റെ സവിശേഷതകൾ മെൻഡലിയേവ് തിരി
ച്ചറിയുന്നുണ്ട്. വ്യക്തിയുടെ പ്രാമാണികത്വം ശാസ്ത്രം കാണു
ന്നില്ല. ആര് ഉന്നയിക്കുന്നുവെന്നത് ശാസ്ത്രം കാര്യമാക്കുന്നില്ല.
ഏതിനെയും വിമർശനാത്മകമായി പരിശോധിക്കാനും ചോദ്യ
ങ്ങൾ നിരന്തരം ചോദിക്കാനും സന്നദ്ധനാകണം. മുൻവിധിക
ളില്ലാതെ തുറന്ന മനസ്സോടെ പ്രശ്നത്തെ സമീപിക്കണം.
ആശയം രൂപപ്പെടുന്ന വഴിയും അതിന്റെ പരീക്ഷണാത്മകതയു
മാണ് വിലമതിക്കപ്പെടുന്നത്."

മുൻവിധികളില്ലാതെ പ്രശ്നത്തെ സമീപിക്കാൻ മെൻഡലി
യേവ് തീരുമാനിച്ചു. രസതന്ത്രതത്ത്വങ്ങൾ രണ്ടാംഭാഗവും സമ്പൂ
ഷ്ടമാക്കണം. അതിനായി അദ്ദേഹം ശ്രമം തുടങ്ങി.

അന്നുവരെ താൻ ആർജ്ജിച്ച അറിവുകളെല്ലാം യുക്തിഭദ്ര
മായി അദ്ദേഹത്തിന്റെ ചിന്തയിൽ അടുക്കി വച്ചു. രണ്ടാം വാല്യ
ത്തിലേക്കുള്ള ഉള്ളടക്കം എന്തൊക്കെയാകണമെന്ന് അദ്ദേഹം
തീർച്ചപ്പെടുത്തിയിട്ടുണ്ട്. മൂലകങ്ങൾ തമ്മിലുള്ള പൊരുത്തങ്ങളും
വൈരുദ്ധ്യങ്ങളും സംബന്ധിച്ച കാര്യങ്ങൾ ആഴത്തിൽ പരിശോ
ധിക്കുന്നതിനാണ് കാർഡുകൾ തയ്യാറാക്കിയത്. അക്കാര്യത്തി
ലുള്ള പരിശോധന തുടരാൻ തീരുമാനിച്ചു. ക്ഷമയോടെ, ശാസ്ത്ര
സത്യങ്ങളെ അന്വേഷിക്കുക. അമ്മ പറഞ്ഞ വാക്കുകൾ അദ്ദേ
ഹത്തിന്റെ ചെവിയിൽ മുഴങ്ങുന്നുണ്ടായിരുന്നു.

രാത്രിയുടെ നിശ്ശബ്ദതയിൽ മെൻഡലിയേവ് തന്റെ അമ്പേ ഷണം തുടർന്നു.

മൂലകങ്ങളുടെ പ്രതീകങ്ങളും അടിസ്ഥാന സ്വഭാവങ്ങളും രേഖപ്പെടുത്തിയ കാർഡുകൾ അന്നും മെൻഡലിയേവ് എടുത്ത് ക്രമീകരിക്കാൻ തുടങ്ങി. ഓരോ മൂലകത്തിനും ഓരോ കാർഡ്. അറ്റോമിക മാസും അതിൽ രേഖപ്പെടുത്തിയിട്ടുണ്ട്. അറുപത്തി മൂന്ന് കാർഡുകൾ. സദൃശ സ്വഭാവം കാണിക്കുന്ന ചില കൂട്ട ങ്ങൾ അദ്ദേഹത്തിന്റെ ശ്രദ്ധയിൽ പെട്ടിട്ടുണ്ട്.

ന്യൂലാൻഡ്സിന്റെ വർഗ്ഗീകരണത്തിന്റെ പരിമിതികൾ മെൻഡലിയേവ് ഓർത്തു.

അഷ്ടകനിയമം അനുസരിച്ച് അറ്റോമിക ഭാരത്തിന്റെ ആരോ ഹണക്രമത്തിലുള്ള ക്രമീകരണത്തിൽ എട്ടാമത്തെ മൂലകം ആദ്യ മൂലകത്തിന്റെ ഗുണധർമ്മങ്ങൾ ആവർത്തിക്കുന്നു. ഏഴ് മൂലക ങ്ങളുടെ ഇടവേളയിൽ ഗുണധർമ്മങ്ങളുടെ ആവർത്തനം പക്ഷേ, രണ്ടുവരി കഴിഞ്ഞു കാത്സ്യമെത്തിയപ്പോൾ തുടരാൻ കഴിഞ്ഞില്ല. എന്തുകൊണ്ടായിരിക്കും? മെൻഡലിയേവ് ചിന്തിച്ചു.

"എട്ടാമത്തെ മൂലകം എന്നു പറയുമ്പോൾ ഇടവേള ഏഴ്. ഇടവേള സ്ഥിരമാണോ? ഇടവേളകളിൽ വ്യത്യാസം വരുമോ?" പെട്ടെന്ന് അദ്ദേഹം കസേരയിൽനിന്ന് എഴുന്നേറ്റു.

"അറ്റോമിക ഭാരം ഒരാറ്റത്തിന്റെ അടിസ്ഥാന ഗുണവിശേ ഷമാണ്. മൂലകത്തിന്റെ ഗുണധർമ്മങ്ങൾ ഇതിനെ ആശ്രയിച്ചാ ണിരിക്കുന്നത്. ഒരേ ഇടവേളകളെക്കുറിച്ച് ചിന്തിക്കേണ്ടതില്ല."

നിന്നും ഇരുന്നും അദ്ദേഹം ചിന്തയിൽ മുഴുകി. എന്നിട്ട ദ്ദേഹം കാർഡുകളെ വീണ്ടും ക്രമീകരിക്കാൻ തുടങ്ങി. അറ്റോമിക മാസിന്റെ ആരോഹണക്രമത്തിൽ തന്നെ.

അറ്റോമിക ഭാരത്തിന്റെ ആരോഹണക്രമത്തിൽ അടുക്കാൻ തുടങ്ങി. അറുപത്തി മൂന്നു കാർഡുകളും കൈയിലെടുത്തു. ഹൈഡ്രജനിൽനിന്നും തുടങ്ങി. പിന്നെ ആരോഹണക്രമമനു സരിച്ച് വരുന്നത് ലിഥിയമാണ്. തുടർന്ന് അറ്റോമിക ഭാരം കൂടുന്ന മുറയ്ക്ക് മറ്റു മൂലകങ്ങളുടെ കാർഡുകൾ ക്രമീകരിച്ചു. അടുത്ത ഊഴം സോഡിയത്തിനാണ്. സോഡിയം ലിഥിയത്തെപ്പോലെ

സമാനഗുണങ്ങൾ കാണിക്കുന്നുണ്ട്. സോഡിയത്തെ ലിഥിയ
ത്തിന് തൊട്ടടുത്തുവെച്ചു. സമാന ഗുണങ്ങൾ പ്രദർശിപ്പിക്കുന്ന
പൊട്ടാസ്യം, റുബീഡിയം, സീസിയം എന്നിവയുടെ വിലങ്ങനെ
യുള്ള നിരയുണ്ടാക്കി. അതാ ഒരു ക്രമം രൂപപ്പെട്ടു വരുന്നു. അറ്റോ
മിക ഭാരത്തിന്റെ പ്രത്യേക ഇടവേളകളും അദ്ദേഹം നിരീക്ഷിച്ചു.

Li = 7 Na = 23 K = 39 Rb = 85.4 Cs =133

സമാന ഗുണങ്ങൾ പ്രദർശിപ്പിക്കുന്ന ഫ്ലൂറിൻ, ക്ലോറിൻ,
ബ്രോമിൻ, അയോഡിൻ എന്നിവയുടെ നിര അദ്ദേഹം നേരത്തേ
നിരീക്ഷിച്ചിട്ടുണ്ട്.

F = 19 Cl =35.5 Br = 80 I =127

അദ്ദേഹം ശ്രമം തുടർന്നു. ക്ഷമയോടെ മുന്നോട്ട് പോയി.

"എവിടെയോ ഒരു ക്രമം ഒളിഞ്ഞ് കിടപ്പുണ്ട്. ഞാനത് കണ്ടെ
ത്തുക തന്നെ ചെയ്യും." മെൻഡലിയേവിന്റെ ആത്മവിശ്വാസ
ത്തോടെയുള്ള വാക്കുകൾ.

"തടസ്സം നീങ്ങണം. ഇനി എങ്ങനെ മുന്നോട്ട് പോകണം.?"
മനസ്സിൽ ആശയങ്ങളുടെ വേലിയേറ്റം.

"മൂലകങ്ങളുടെ ചില തൂണുകളും നിരകളും എന്റെ തലയി
ലുണ്ട്. പക്ഷേ, എനിക്കത് പ്രകടിപ്പിക്കാനാകുന്നില്ല." അദ്ദേഹം
ആരോടോന്നില്ലാതെ ഉറക്കെ പറഞ്ഞു. ചിന്തകൾക്ക് കൂടുതൽ
തെളിച്ചം വരാൻ അദ്ദേഹം കണ്ണുകളടച്ച് മേശമേൽ മടക്കി വച്ച
കൈയിൽ മുഖം താഴ്ത്തി കുനിഞ്ഞിരുന്നു.

മേശപ്പുറത്ത് കുത്തനെയും വിലങ്ങനെയും വച്ചിരിക്കുന്ന
കാർഡുകളെ അദ്ദേഹം ഭാവനയിൽ കണ്ട് ചിന്തകൾ മുഴുവൻ
അതിൽ കേന്ദ്രീകരിച്ച് അദ്ദേഹം അങ്ങനെ ഇരുന്നു. അദ്ദേഹം
ഉറങ്ങുകയാണെന്നേ തോന്നുള്ളൂ. പക്ഷേ, അദ്ദേഹത്തിന്റെ കണ്ണു
കൾ മാത്രം അടഞ്ഞിരുന്നു. മനസ്സ് പൂർണ്ണമായും ഉണർന്നിരുന്നു.
ചിന്തയിൽ ഉരുത്തിരിഞ്ഞ ആശയങ്ങൾക്കനുസരിച്ച് കാർഡു
കളെ അദ്ദേഹം ഭാവനയിൽ ക്രമപ്പെടുത്തുന്നുണ്ടായിരുന്നു.

മെൻഡലിയേവിന്റെ ഉറക്കം കെടുത്തിയ സ്വപ്നം. ഉറങ്ങിയ
പ്പോൾ കണ്ട സ്വപ്നമല്ലത്. മനസ്സുണർന്നിരിക്കെ കണ്ട സ്വപ്നം.
മൂലകങ്ങളുടെ വർഗ്ഗീകരണം. അതായിരുന്നു സ്വപ്നം.

രാത്രിയേറെ കഴിഞ്ഞു. ചിന്തയിൽ മൂലകങ്ങളുടെ ക്രമവും

ഇടവേളകളും തെളിഞ്ഞു വന്നു. സദൃശ്യ മൂലകങ്ങളുടെ വില ങ്ങനെയുള്ള നിരകൾ. നിരകളിൽ മൂലകങ്ങൾക്കിരിക്കേണ്ട ഇടത്തു തന്നെ ഇരിക്കുന്നു. പെട്ടെന്നദ്ദേഹം ചാടി എഴുന്നേറ്റു താൻ എത്തിച്ചേർന്ന ആശയങ്ങളുടെ അടിസ്ഥാനത്തിൽ മൂലക ങ്ങളെ ക്രമപ്പെടുത്തി വച്ചു. ആശയങ്ങൾ കുറിച്ചുവച്ചു. മനസ്സിലെ വിടെയോ ആരവം മുഴങ്ങുന്നു. അതിലെ പരിമിതികളും അദ്ദേഹം കണക്കിലെടുത്തു. ഹൈഡ്രജനിൽനിന്നു തുടങ്ങി. ഹൈഡ്ര ജന്റെ അറ്റോമിക ഭാരം ഒന്നാണല്ലോ. പിന്നെ വന്ന മൂലകം ലിഥി യമാണ്. ചില രൂപഘടനയും അദ്ദേഹത്തിന്റെ ശ്രദ്ധയിൽപ്പെട്ടു. അദ്ദേഹം കുറിച്ചുവച്ചു.

ഒന്നിനു താഴെ ഒന്നായി അറ്റോമിക ഭാരത്തിന്റെ ആരോ ഹണ ക്രമത്തിലടുക്കിയപ്പോൾ നിശ്ചിത ഇടവേളകളിൽ വില ങ്ങനെയുള്ള നിരകളിലെ മൂലകങ്ങളുടെ ഗുണധർമ്മങ്ങൾ ആവർത്തിച്ചു വരുന്നു. വിലങ്ങനെയുള്ള നിരകളിൽ സമാന ഗുണമുള്ള മൂലകങ്ങൾ, മൂലക ഗ്രൂപ്പുകൾ.

ലിഥിയത്തിന് സോഡിയവും പൊട്ടാസ്യവുമായി ഗുണധർമ്മ ങ്ങളിൽ സാദൃശ്യമുണ്ടല്ലോ. അതുകൊണ്ട് ലിഥിയത്തെ സോഡി യത്തിന്റെ വിലങ്ങനെയുള്ള നിരയുടെ തുടക്കക്കാരനാക്കാം. അദ്ദേഹം ലിഥിയത്തെ സോഡിയത്തിന്റെ നിരയിൽ വച്ചു. അദ്ദേഹം വീണ്ടും പരിശോധിച്ചു. കുറിച്ചു വച്ച രൂപഘടനയിലെ ലിഥിയം, സോഡിയം, പൊട്ടാസ്യം ഇവയുടെ നിരയിൽ അറ്റോ മിക ഭാരത്തിന്റെ ഇടവേള 16 ആണ്. മറ്റ് നിരകളിലും ചില ഇട വേളകളിൽ ഗുണങ്ങൾ ആവർത്തിച്ച് വരുന്ന പ്രവണത അദ്ദേഹം കണ്ടു. കൂടുതൽ മൂലകങ്ങളെ അടുക്കാൻ അദ്ദേഹം ശ്രമിച്ചു. അറ്റോമിക ഭാരത്തിന്റെ ക്രമത്തിൽ ചില തുടർച്ചയില്ലായ്മ കണ്ടു. ഗുണധർമ്മങ്ങൾ ആവർത്തിച്ച് വരുന്ന ഇടവേളകളുടെ ദൈർഘ്യ ത്തിലും വ്യത്യാസങ്ങൾ കണ്ടു.

"ചില മൂലകങ്ങൾ ഇനിയും ഉണ്ട്. അവ കണ്ടെത്തിയിട്ടില്ല." അദ്ദേഹം പ്രവചിച്ചു.

"അവ കണ്ടെത്തുമ്പോൾ പ്രശ്നം പരിഹരിക്കപ്പെടും." തുടർച്ച കാണാത്തിടത്തും സംശയമുള്ളിടത്തും ചോദ്യചിഹ്ന ങ്ങൾ അദ്ദേഹം ഇട്ടുവച്ചു.

ടെലൂറിയവും അയൊാധിനും അറ്റോമിക ഭാരത്തിന്റെ ക്രമം പാലിക്കുന്നില്ല. പക്ഷേ, ഗുണധർമ്മങ്ങൾ പരിശോധിക്കുമ്പോൾ വിലങ്ങനെയുള്ള നിരയിൽ അവയുടെ സ്ഥാനം കൃത്യമാണ്. എന്താണ് ഇതിന് കാരണം?

"മൂലകത്തിന്റെ കുഴപ്പമോ അതോ അറ്റോമിക ഭാരം കണ്ടെ ത്തിയതിലെ പിഴവോ?" അദ്ദേഹം ചിന്തിച്ചു.

"അറ്റോമിക ഭാരം കണ്ടെത്തിയതിൽ പിഴവുണ്ട്. അത് തിരു ത്തേണ്ടതുണ്ട്. മൂലകം ഒന്നും ഒളിക്കുന്നില്ല. ഗുണധർമ്മങ്ങളിൽ സാദൃശ്യം പരിശോധിക്കുമ്പോൾ നിരയിലെ സ്ഥാനം കൃത്യ മാണ്." അദ്ദേഹം ചില നിഗമനങ്ങളിൽ എത്തിച്ചേർന്നു.

"അറ്റോമിക ഭാരത്തിന്റെ ക്രമം പാലിക്കാത്ത സന്ദർഭങ്ങളിൽ മൂലകങ്ങളെ അവയുടെ ഗുണധർമ്മങ്ങളുടെ സാദൃശ്യം കണ ക്കാക്കി സ്ഥാനം ക്രമീകരിക്കാം." അദ്ദേഹം ചിന്തിച്ചു.

മൂലകങ്ങളുടെ ക്രമീകരണത്തിനുള്ള രൂപഘടന മുകളി ലേക്കും വശങ്ങളിലേക്കും വളർന്നുകൊണ്ടിരുന്നു."

മൂലകങ്ങളെ വർഗ്ഗീകരിക്കാനുള്ള തന്റെ ഗവേഷണം ആരം ഭിച്ചിട്ട് മൂന്ന് വർഷം കഴിഞ്ഞിരിക്കുന്നു. അദ്ദേഹം ചിന്തിച്ചു.

ആയിരത്തി എണ്ണൂറ്റി അറുപത്തി ഒമ്പത് മാർച്ച് 6

രസതന്ത്ര ചരിത്രത്തിലെ മറക്കാനാകാത്ത ദിനം.

റഷ്യൻ കെമിക്കൽ സൊസൈറ്റിയിൽ ആൾക്കൂട്ടം. സമയം രാവിലെ 10 മണി. അവിടെ മീറ്റിങ് നടക്കുവാൻ പോവുകയാണ്. പൊതുസഭയാണ് ചേരുന്നത്. ഹാൾ നിറയെ പ്രതിനിധികൾ. റഷ്യയിലെ ശാസ്ത്രജ്ഞന്മാർ എത്തിയിട്ടുണ്ട്. സെന്റ് പീറ്റേഴ്സ് ബർഗ് സ്റ്റേറ്റ് യൂണിവേഴ്സിറ്റിയിലെ പ്രൊഫസർമാരും വിദ്യാർ ത്ഥികളും എത്തിയിട്ടുണ്ട്.

അവർ കാത്തിരിക്കുന്നത് പ്രൊഫസർ മെൻഡലിയേ വിനെയാണ്. അദ്ദേഹം മൂലകങ്ങളെ വർഗ്ഗീകരിച്ചിരിക്കുന്നു. അദ്ദേഹം തയ്യാറാക്കിയ പട്ടികയുടെ അവതരണം നടക്കാൻ പോകുകയാണ്.

പൊതുസഭ തുടങ്ങേണ്ട സമയത്തു തന്നെ മെൻഡലിയേവ് എത്തിച്ചേർന്നു.

ഔപചാരിക ചടങ്ങുകൾ കഴിഞ്ഞ ഉടൻ മെൻഡലിയേവിനെ അവതരണത്തിന് ക്ഷണിച്ചു.

അദ്ദേഹം തന്റെ അവതരണം ആരംഭിച്ചു.

സദസ്സിനെ വന്ദിച്ചുകൊണ്ട് അദ്ദേഹം പറഞ്ഞു:

ദി പ്രിൻസിപ്പിൾസ് ഓഫ് കെമിസ്ട്രി രണ്ടാം വാല്യം തയ്യാ റാക്കുന്ന തീവ്രശ്രമത്തിനിടയിലാണ് മൂലകങ്ങൾ തമ്മിലുള്ള

പൊരുത്തങ്ങളുടെയും പൊരുത്തക്കേടുകളുടെയും അടിസ്ഥാന
ത്തിൽ കൂട്ടങ്ങളാക്കാൻ ശ്രമിച്ചത്. മുമ്പും പല ശാസ്ത്രജ്ഞ
ന്മാരും മൂലകങ്ങളെ തരംതിരിച്ച് പട്ടികപ്പെടുത്താൻ ശ്രമിച്ചിട്ടുണ്ട്.
അവരെ ഞാൻ ആദരപൂർവ്വം സ്മരിക്കുകയാണ്.

മൂലകങ്ങളെ വർഗ്ഗീകരിച്ച് പട്ടികപ്പെടുത്തുവാനുള്ള ശ്രമം
തുടങ്ങിയിട്ട് നാളുകൾ ഏറെയായി. അവസാനം ഫലം കണ്ടു.''

മെൻഡലിയേവ് പറയുന്ന കാര്യങ്ങൾ വളരെ ശ്രദ്ധയോടെ
സദസ്സ് കേട്ടിരുന്നു.

''അറ്റോമിക ഭാരത്തിന്റെ ആരോഹണക്രമത്തിൽ മൂലകങ്ങൾ
അടുക്കിവച്ചാൽ അവ ഗുണ ധർമ്മങ്ങളിൽ ആവർത്തന സ്വഭാവം
കാണിക്കുന്നു. ക്രമീകൃതമായ ഇടവേളകളിലാണ് ഗുണധർമ്മ
ങ്ങളിൽ ആവർത്തന സ്വഭാവം ഉണ്ടാക്കുന്നത്. ഇതിന്റെ ഫല
മായി കുത്തനെയുള്ള നിരകളും വിലങ്ങനെയുള്ള നിരകളും
രൂപപ്പെടുന്നു. അതൊരു പട്ടികയായി മാറുന്നു. ഗുണധർമ്മങ്ങ
ളിൽ ആവർത്തനസ്വഭാവം ദൃശ്യമാകുന്നതുകൊണ്ട് ആവർത്തന
പട്ടിക എന്ന പേര് ഞാൻ നല്കുന്നു.''

ചുരുട്ടിവച്ചിരുന്ന ആവർത്തനപ്പട്ടിക അദ്ദേഹം നിവർത്തി
ബോർഡിൽ തൂക്കിയിട്ടു. അതുകണ്ട് സദസ്സാകെ ഇളകിമറിഞ്ഞു.
ഹർഷാരവം.

മെൻഡലിയേവ് ആദ്യം തയ്യാറാക്കിയ രൂപഘടനയാണ് സദ
സ്സിൽ അവതരിപ്പിക്കുന്നത്. ഇതിൽ വിലങ്ങനെയുള്ള നിരകളി
ലാണ് ഗ്രൂപ്പുകൾ.

```
                            Ti = 50     Zr =  90      ? = 180
                             V = 51     Nb =  94      Ta = 182
                            Cr = 52     Mo =  96      W = 186
                            Mn = 55     Rh = 104,4    Pt = 197,4
                            Fe = 56     Ru = 104,4    Ir = 198
                    Ni = Co = 59        Pd = 106,6    Os = 199
                            Cu = 63,4   Ag = 108      Hg = 200
 H = 1
        Be = 9,4   Mg = 24  Zn = 65,2   Cd = 112
        B = 11     Al = 27,4  ? = 68    Ur = 116      Au = 197?
        C = 12     Si = 28    ? = 70    Sn = 118
        N = 14     P = 31    As = 75    Sb = 122      Bi = 210?
        O = 16     S = 32    Se = 79,4  Te = 128?
        F = 19     Cl = 35,5  Br = 80    J = 127
 Li = 7 Na = 23    K = 39    Rb = 85,4  Cs = 133      Tl = 204
                   Ca = 40   Sr = 87,6  Ba = 137      Pb = 207
                    ? = 45   Ce = 92
                   ?Er = 56  La = 94
                   ?Yt = 60  Di = 95
                   ?In = 75,6 Th = 118?
```

1869 മാർച്ച് 6 ന് മെൻഡലിയേവ് അവതരിപ്പിച്ച
ആദ്യ ആവർത്തനപ്പട്ടിക

ഒരു ഗ്രൂപ്പിൽ വരുന്ന മൂലകങ്ങൾക്ക് ഒരേ സംയോജകത യാണ്. ഒരേ ഗുണധർമ്മങ്ങളാണ് ഉള്ളത്. ധാരാളമായി കാണുന്ന മൂലകങ്ങൾക്ക് അറ്റോമിക ഭാരം താരതമ്യേന കുറവാണ്. ഇവ യാണ് പ്രാതിനിധ്യമൂലകങ്ങൾ.

ആവർത്തനപ്പട്ടികയിലെ ക്രമമായ ഇടവേളകൾ സദസ്സിനെ ബോദ്ധ്യപ്പെടുത്തി. സദസ്സിൽനിന്നും ചോദ്യങ്ങളുയർന്നു. ചോദ്യ ങ്ങൾക്കുള്ള മറുപടി അദ്ദേഹം പറഞ്ഞു.

ഒഴിഞ്ഞുകിടക്കുന്ന ഇടങ്ങളെക്കുറിച്ചും ചോദ്യങ്ങളുയർന്നു.

"ഒഴിഞ്ഞുകിടക്കുന്ന ഇടങ്ങൾ ഇനി കണ്ടുപിടിക്കാൻ സാദ്ധ്യ തയുള്ള മൂലകങ്ങളുടെ സ്ഥാനമാണ്." അദ്ദേഹം പറഞ്ഞു.

അലൂമിനിയം കഴിഞ്ഞ് ഒഴിഞ്ഞുകിടക്കുന്ന ഇടം ചൂണ്ടിക്കാ ണിച്ച് കൊണ്ട് അദ്ദേഹം സദസ്സിനോട് ചോദിച്ചു.

"ഇവിടെ അലൂമിനിയത്തിന് നേരെ ഒഴിഞ്ഞുകിടക്കുന്നിടത്ത് ഒരു മൂലകം വന്നാൽ അതിന്റെ ഗുണധർമ്മം എന്തായിരിക്കും.?"

സദസ്സ് അത് പ്രവചിച്ചു. മെൻഡലിയേവ് കൈയടിച്ചു.

"ഇതുപോലെ സിലിക്കോണിന് സമാനമായ സ്വഭാവഗുണ ങ്ങളുള്ള ഒരു മൂലകം ഉണ്ടാവേണ്ടതാണ്." അദ്ദേഹം പറഞ്ഞു.

"അറ്റോമിക ഭാരത്തിന്റെ അളവ് നോക്കി ചില മൂലകങ്ങ ളുടെ ഗുണങ്ങൾ പ്രവചിക്കാനാകും. അറ്റോമിക ഭാരത്തിന്റെ പരി മാണം മൂലകത്തിന്റെ സ്വഭാവമായി ബന്ധപ്പെട്ട് കിടക്കുന്നു."

"ചില മൂലകങ്ങളുടെ അറ്റോമിക ഭാരം തിരുത്തേണ്ടതാ യുണ്ട്." അദ്ദേഹം പറഞ്ഞു. അതിനദ്ദേഹം ഉദാഹരണവും ചൂണ്ടി ക്കാട്ടി. ടെലൂറിയത്തിന്റെ അറ്റോമിക ഭാരം 123 നും 126 നും ഇട യിലായിരിക്കണം. 128 ആണ് ഇപ്പോൾ നല്കിയിട്ടുള്ളത്. അതാ വാനിടയില്ല."

"ഇനി മൂലകങ്ങളുടെ വർഗ്ഗീകരണവുമായി ബന്ധപ്പെട്ട് എത്തിച്ചേർന്ന നിയമം ആവർത്തന നിയമം ഞാൻ പ്രസ്താവി ക്കുകയാണ്."

"മൂലകങ്ങളുടെ ഭൗതികവും രാസികവുമായ ഗുണങ്ങൾ അവ യുടെ അറ്റോമിക ഭാരത്തിന്റെ ആവർത്തന ഫലനങ്ങളാണ്."

കൈയടിച്ച് ആ പ്രസ്താവന സദസ്സ് സ്വീകരിച്ചു.

"മെൻഡലിയേവിന്റെ ആവർത്തനപ്പട്ടിക. മെൻഡലിയേവിന്റെ ആവർത്തന നിയമം. ശാസ്ത്രനേട്ടങ്ങളിലെ ഒരു പുതിയ അദ്ധ്യാ യം."

സദസ്സ് ഒന്നാകെ മെൻഡലിയേവിനെ അഭിനന്ദിച്ചു.

"കൂടുതൽ വിമർശനാത്മകമായി ഈ ആവർത്തനപ്പട്ടിക പരി ശോധിക്കപ്പെടണം. ഇതിലെ മികവുകളും പരിമിതികളും ചർച്ച ചെയ്യപ്പെടണം. ശാസ്ത്രം ചലനാത്മകമാണ്. കൂടുതൽ അറിവു കൾ നേടുമ്പോൾ വർഗ്ഗീകരണത്തിന് പുതിയ മാനദണ്ഡം വന്നേ ക്കാം. എന്നാലും മൂലകങ്ങൾ അവയുടെ ഗുണധർമ്മങ്ങളിൽ ആവർത്തനസ്വഭാവം കാണിച്ചുകൊണ്ടിരിക്കും." മെൻഡലിയേവ് സദസ്സിനോട് പറഞ്ഞു.

റഷ്യയിൽ നടക്കുന്ന ഗവേഷണപ്രവർത്തനങ്ങളെക്കുറിച്ച് പുറം ലോകം അറിയുന്നത് വളരെ താമസിച്ചായിരുന്നു. എന്നാൽ മെൻഡലിയേവിന്റെ ആവർത്തന നിയമവും ആവർത്തനപ്പട്ടിക യും വളരെ വേഗം ജർമ്മൻ ഭാഷയിലേക്ക് തർജ്ജമ ചെയ്യപ്പെട്ടു. അങ്ങനെ യൂറോപ്പിലെത്തി. അവിടെനിന്നും മെൻഡലിയേവിന്റെ ആവർത്തനപ്പട്ടിക ലോകമെമ്പാടും അറിയപ്പെട്ടു.

രാത്രികളിലാണ് മെൻഡലിയേവിന്റെ സർഗ്ഗാത്മകചിന്തകൾ വിടരുന്നത്.

ആവർത്തനപ്പട്ടികയിൽ അദ്ദേഹം മാറ്റങ്ങൾ വരുത്തി കൊണ്ടിരുന്നു.

1871 ആയപ്പോൾ ആവർത്തനപ്പട്ടിക അതിന്റെ വികസിത രൂപം കൈകൊണ്ടു. ഇതിൽ കുത്തനെയുള്ള നിരകൾ ഗ്രൂപ്പുക ളാണ്. വിലങ്ങനെയുള്ളവ പീരിയഡുകളും.

മെച്ചപ്പെടുത്തിയ പട്ടിക വേണം ഇനിപുറത്തിറക്കേണ്ടത്. അതാണ് *ദി പ്രിൻസിപ്പിൾസ് ഓഫ് കെമിസ്ട്രി* വാല്യം 2 ൽ ഉൾപ്പെടുത്തേണ്ടത്. അദ്ദേഹം ചിന്തിച്ചു.

മെൻഡലിയേവ് മെച്ചപ്പെടുത്തിയ ആവർത്തനപ്പട്ടിക നോക്കി.

Reihen	Gruppe I. — R_2O	Gruppe II. — RO	Gruppe III. — R_2O_3	Gruppe IV. RH^4 RO_2	Gruppe V. RH^3 R_2O_5	Gruppe VI. RH^2 RO_3	Gruppe VII. RH R_2O_7	Gruppe VIII. — RO_4
1	H=1							
2	Li=7	Be=9,4	B=11	C=12	N=14	O=16	F=19	
3	Na=23	Mg=24	Al=27,3	Si=28	P=31	S=32	Cl=35,5	
4	K=39	Ca=40	—=44	Ti=48	V=51	Cr=52	Mn=55	Fe=56, Co=59, Ni=59, Cu=63.
5	(Cu=63)	Zn=65	—=68	—=72	As=75	Se=78	Br=80	
6	Rb=85	Sr=87	?Yt=88	Zr=90	Nb=94	Mo=96	—=100	Ru=104, Rh=104, Pd=106, Ag=108.
7	(Ag=108)	Cd=112	In=113	Sn=118	Sb=122	Te=125	J=127	
8	Cs=133	Ba=137	?Di=138	?Ce= 40	—	—	—	— — — —
9	(—)	—	—	—	—	—	—	
10	—	—	?Er=178	?La=180	Ta=182	W=184	—	Os=195, Ir=197, Pt=198, Au=199.
11	(Au=199)	Hg=200	Tl=204	Pb=207	Bi=208	—	—	
12	—	—	—	Th=231	—	U=240	—	— — — —

1871 ൽ മെൻഡലിയേവ് മെച്ചപ്പെടുത്തിയ ആവർത്തനപ്പട്ടിക

1871 ൽ മെൻഡലിയേവ് മെച്ചപ്പെടുത്തിയ പട്ടികയിൽ പന്ത്രണ്ടു പീരീഡുകളും എട്ട് ഗ്രൂപ്പുകളും ഉണ്ടായിരുന്നു. ഗ്രൂപ്പിന് മുകളിൽ അദ്ദേഹം രാസസൂത്രങ്ങൾ നല്കിയിട്ടുണ്ട്. ഓരോ ഗ്രൂപ്പി ലെയും മൂലകങ്ങൾ ഹൈഡ്രജനുമായോ ഓക്സിജനുമായോ പ്രവർത്തിക്കുമ്പോഴുണ്ടാകുന്ന ഉല്പന്നത്തിന്റെ രാസസൂത്രങ്ങ ളാണവ. അന്നത്തെ കാലത്ത് രാസസൂത്രങ്ങൾ എങ്ങനെയാണോ

എഴുതുന്നത് ആ രൂപത്തിലാണവ എഴുതിയിട്ടുള്ളത്. ഉദാഹര ണത്തിന് R^2O, RH^4 എന്നിവയെടുക്കാം. ഇവിടെ R എന്നത് ഗ്രൂപ്പിലെ മൂലകത്തെ പ്രതിനിധാനം ചെയ്യുന്നു. O, H എന്നിവ യഥാക്രമം ഓക്സിജന്റെയും ഹൈഡ്രജന്റെയും പ്രതീകങ്ങളാണ്.

"മൂലകങ്ങൾക്കൊരു ബഹുനില കൊട്ടാരം" അദ്ദേഹം ചിരി ച്ചുകൊണ്ട് പറഞ്ഞു.

ഏറ്റവും ഭാരം കുറഞ്ഞ മൂലകമായ ഹൈഡ്രജൻ മൂലകങ്ങളെ പ്രതിനിധീകരിച്ച് തന്റെ മുന്നിലിരിക്കുന്നതായി അദ്ദേഹത്തിനു തോന്നി. ഹൈഡ്രജൻ സംസാരിക്കുന്നത് ഭാവനയിൽ കണ്ടു.

"ആകെ കുത്തഴിഞ്ഞുകിടന്നിരുന്ന ഞങ്ങളുടെ മൂലക കുടും ബത്തിന് അങ്ങൊരു മാളിക തീർത്തു തന്നു. ഒരു ബഹുനില കൊട്ടാരം അതിൽ ആദ്യ മുറി തന്നെ എനിക്കു കിട്ടി. മൂലക ങ്ങൾക്കു വേണ്ടി ഞാൻ താങ്കളോട് നന്ദി പറയുന്നു." ഹൈഡ്ര ജൻ പറഞ്ഞു.

"ഞാൻ സ്വാഗതം ചെയ്യുന്നു." മെൻഡലിയേവ് പറഞ്ഞു.

"ഞങ്ങളുടെ കൊട്ടാരത്തെക്കുറിച്ച് ഒന്നു വിശദമാക്കാമോ?"

"മൂലകങ്ങളെ ക്രമീകരിച്ചിരിക്കുന്നത് അറ്റോമിക ഭാരത്തിന്റെ ആരോഹണ ക്രമത്തിലാണ്. അങ്ങനെ ക്രമീകരിച്ചപ്പോഴാണ് നിങ്ങളുടെ രഹസ്യം എനിക്ക് പിടികിട്ടിയത്. ക്രമമായ ഇടവേള കളിൽ ഗുണധർമ്മങ്ങൾ ആവർത്തിക്കപ്പെടുന്നു.

"അങ്ങ് മഹാൻ തന്നെ. ഞങ്ങൾ പറയാതെ വച്ചിരുന്ന ശാസ്ത്രസത്യം അങ്ങ് തിരിച്ചറിഞ്ഞല്ലോ."

"കൊട്ടാരത്തിന് ധാരാളം മുറികളുണ്ട്. കുത്തനെയും വില ങ്ങനെയും നിരകളായി മുറികൾ. അറ്റോമിക ഭാരം കൂടുന്ന മുറ യ്ക്ക് ഇടതുനിന്നും വലത്തോട്ട് എന്ന രീതിയിലാണ് നിങ്ങൾക്കിടം നല്കി ക്രമീകരിച്ചിട്ടുള്ളത്. കുത്തനെയുള്ള നിരകളാണ് ഗ്രൂപ്പുകൾ."

"അപ്പോൾ വിലങ്ങനെ ഉള്ളവയോ?"

പീരീഡുകൾ."

"ഒരു കാര്യം ഞാൻ പറയട്ടെ."

"പറഞ്ഞോളൂ."

"ഗുണധർമ്മങ്ങളിൽ ഏറെ സാദൃശ്യമുള്ളവരാണ് ഒരു ഗ്രൂപ്പിൽ വരുന്നത്."

"ഹൈഡ്രജൻ പറഞ്ഞത് ശരിയാണ്" മെൻഡലിയേവിന്

സന്തോഷമായി.

"ദേ നോക്കിയേ. എന്തിനാ ഇങ്ങനെ ചിലയിടങ്ങൾ ഒഴിച്ചിട്ടി രിക്കുന്നത്?" ആവർത്തനപ്പട്ടിക നോക്കി ഹൈഡ്രജൻ ചോദിച്ചു.

"അവിടെ ചില മൂലകങ്ങൾ ഉൾപ്പെടേണ്ടതുണ്ട്. പക്ഷേ, അവയെ ഇതുവരെ കണ്ടുപിടിച്ചില്ല. എവിടെയോ ഒളിച്ചിരിക്കു കയാണ്."

"അങ്ങ് മൂലകങ്ങളെ കണ്ടെത്താനുണ്ടെന്ന് പ്രവചിക്കുക യാണോ?"

"തീർച്ചയായും."

"മനുഷ്യൻ അവ കണ്ടെത്തുമോ?"

"കണ്ടെത്തും. വരട്ടെ."

"അവയുടെ ഗുണധർമ്മങ്ങളെക്കുറിച്ചും അങ്ങ് പ്രവചി ക്കുമോ?"

"പ്രവചിക്കാമല്ലോ. ഒഴിഞ്ഞ ഒരിടം കാണിക്ക്, ഞാൻ പ്രവ ചിക്കാം." മെൻഡലിയേവ് പറഞ്ഞു.

ഹൈഡ്രജൻ സിലിക്കോണിന് താഴെ ഒഴിഞ്ഞു കിടക്കുന്ന ഇടം കാണിച്ചു. മെൻഡലിയേവ് പറഞ്ഞു.

"സിലിക്കോണിന്റെ സ്വഭാവങ്ങൾ പ്രദർശിപ്പിക്കും."

ഹൈഡ്രജൻ കോരിത്തരിച്ചു.

"സിലിക്കോണിന്റെ ഗ്രൂപ്പിൽ ഇനി കണ്ടെത്തേണ്ട മൂലകത്തെ ഞാൻ ekasilicon എന്നു വിളിക്കുന്നു." മെൻഡലിയേവ് പറഞ്ഞു.

"എന്താണ് അതുകൊണ്ടുദ്ദേശിക്കുന്നത്?"

"ഞാൻ പറയാം."മെൻഡലിയേവ് ആ കാര്യങ്ങൾ വിശദീക രിക്കാൻ തുടങ്ങി.

"പുരാതന ഭാരതത്തിലെ ഒരു പണ്ഡിതനായിരുന്നു പാണിനി. ഭാഷാശാസ്ത്രത്തിന്റെ പിതാവ് എന്നായിരുന്നു അദ്ദേഹം അറിയപ്പെട്ടിരുന്നത്."

ഹൈഡ്രജൻ അത് മൂളിക്കേട്ടുകൊണ്ടിരുന്നു.

"ഭാഷയിലെ ശബ്ദങ്ങളുടെ സ്വരശാസ്ത്രപരമായ ക്രമരൂപ ത്തെയും ഉച്ചാരണ ഗുണവിശേഷങ്ങളെയും അദ്ദേഹം ബന്ധ പ്പെടുത്തിയിരുന്നു."

"അറ്റോമിക ഭാരത്തിന്റെ ആരോഹണക്രമത്തിൽ ഞങ്ങൾ വരുമ്പോൾ ക്രമമായ ഇടവേളകളിൽ ഞങ്ങൾ ഗുണധർമ്മങ്ങൾ

ആവർത്തിക്കുമല്ലോ. അതുപോലൊരു ക്രമം ഭാഷയിലെ ശബ്ദ ങ്ങൾക്കും ഉണ്ടാകാം. അല്ലേ?"ഹൈഡ്രജൻ പറഞ്ഞു.

"സ്വരശാസ്ത്രത്തിലെ ക്രമരൂപത്തിന് വേണ്ടി ചില പദങ്ങൾ പാണിനി ഉപയോഗിച്ചിരുന്നു. ഒന്ന് എന്നതിന് 'eka', രണ്ട് എന്ന തിന് 'dvi', മൂന്ന് എന്നതിന് 'tri'. അദ്ദേഹത്തിനോടുള്ള ആദര സൂചകമായിട്ട് ഇനിയും കണ്ടെത്തേണ്ട മൂലകങ്ങളെ സൂചിപ്പി ക്കാൻ ഈ പദങ്ങൾ ഉപയോഗിക്കാമെന്ന് ഞാൻ വിചാരിച്ചു." മെൻഡലിയേവ് പറഞ്ഞു.

"എങ്ങനെയാണ് താങ്കൾ ഉപയോഗിച്ചത്?"

"ഇനിയും കണ്ടെത്തേണ്ട മൂലകത്തിന് നിലവിലുള്ള ഏതു മൂലകവുമായിട്ടാണോ ഗുണങ്ങളിൽ സാദൃശ്യമുണ്ടാകുന്നത് ആ മൂലകത്തിന്റെ പേരിന് മുൻ പ്രത്യയമായി ഈ പദങ്ങൾ ഉപയോഗിച്ചു."

"ഉദാഹരണങ്ങൾ പറയാമോ?"

"ഒരെണ്ണം നേരത്തേ പറഞ്ഞല്ലോ. മറ്റുള്ളവ കേട്ടോളൂ." മെൻഡലിയേവ് ഇനിയും കണ്ടെത്തേണ്ട മൂലകങ്ങൾ 'eka' ചേർത്ത് പറയാൻ തുടങ്ങി.

"eka Aluminium"

"eka Boron"

"eka silicon"

"eka manganese"

"അപ്പോൾ dvi, tri എന്നിവ ചേർന്നുവരുന്നവയില്ലേ?"

"കേട്ടോളൂ"

"dvi-Tellurium"

"dvi-Caesium"

"tri-Manganese"

"അപ്പോൾ പ്രപഞ്ച നിർമ്മിതിയിലെ ഘടകങ്ങളായ ഞങ്ങ ളുടെ കൂട്ടത്തിൽ ഇനിയും കൂട്ടരുണ്ട് അല്ലേ? ഒളിഞ്ഞിരിക്കുന്ന അവരെയെല്ലാം ഒരുനാൾ കണ്ടെത്തും." ഹൈഡ്രജന് വലിയ സന്തോഷമായി.

മെൻഡലിയേവ് പെട്ടെന്ന് യാഥാർത്ഥ്യബോധത്തിലേക്ക് തിരിച്ചു വന്നു. ഹൈഡ്രജനുമായി ഭാവനയിൽ കണ്ട ചർച്ച അദ്ദേ ഹത്തിന് വലിയ ഉന്മേഷം നല്കി.

മെൻഡലിയേവിന്റെ കഥ കുട്ടികൾ ആവേശത്തോടെ കേട്ടു

കൊണ്ടിരുന്നു.

"ആവർത്തനപ്പട്ടിക പിറന്നിട്ട് അഞ്ചുവർഷം കഴിഞ്ഞു." മാഷ് കഥ തുടർന്നു.

സെന്റ് പീറ്റേഴ്സ്ബർഗ് സ്റ്റേറ്റ് യൂണിവേഴ്സിറ്റി സെമിനാർ ഹാളിൽ ഒരു സമ്മേളനം നടക്കുകയാണ്. ശാസ്ത്രജ്ഞന്മാരുടെ സമ്മേളനം.

"മെൻഡലിയേവിന്റെ ആവർത്തനപ്പട്ടിക ലോകമെമ്പാടുമുള്ള ശാസ്ത്രജ്ഞന്മാർ വിമർശനാത്മകമായി പരിശോധിച്ചു. പരക്കെ അംഗീകാരം ലഭിച്ചു." ഒരു പ്രതിനിധി പറഞ്ഞു.

"മുഴുവനായും കുഴഞ്ഞുമറിഞ്ഞു കിടന്ന മൂലകങ്ങളെ ഒരു പട്ടികയുടെ രൂപത്തിലാക്കി രസതന്ത്രപഠനം വളരെ ലളിതവും രസകരവുമാക്കാൻ അതു സഹായിച്ചു. അതിന്റെ മുഴുവൻ ബഹു മതിയും മെൻഡലിയേവിന് ആണ്." മറ്റൊരു പ്രതിനിധി പറഞ്ഞു.

"രസതന്ത്രത്തിലെ മഹത്തായ കണ്ടുപിടുത്തങ്ങളിലൊ ന്നാണ് ആവർത്തനപ്പട്ടിക. ആവർത്തനപ്പട്ടികയുടെ പിതാവാണ് മെൻഡലിയോവ്." ഹെയ്ഡൽ ബെർഗ് യൂണിവേഴ്സിറ്റിയിൽ നിന്നെത്തിയ രസതന്ത്ര ശാസ്ത്രജ്ഞന്മാർ പറഞ്ഞു.

" മെൻഡലിയേവ് ആവർത്തനപ്പട്ടികയിൽ ചില ഇടങ്ങൾ ഒഴി ച്ചിട്ടിരുന്നു. എന്തിനാണ് ഇങ്ങനെ ഇടങ്ങൾ ഒഴിച്ചിട്ടിരിക്കുന്നത്? ഈ ചോദ്യത്തിന് മെൻഡലിയേവ് അന്ന് ഉത്തരം പറഞ്ഞിരുന്നു."

" ചില മൂലകങ്ങൾ ഇനിയും കണ്ടുപിടിക്കാനുണ്ട്. അവയുടെ ഇടങ്ങളാണവ. ഇതദ്ദേഹത്തിന്റെ ഒരു പ്രവചനമായിരുന്നു. പട്ടി കയിലെ ഒഴിഞ്ഞ ഇടങ്ങളിൽ എത്തിച്ചേരേണ്ട മൂലകങ്ങളുടെ ഗുണ ധർമ്മങ്ങളെക്കുറിച്ചുള്ള പ്രവചനമായിരുന്നു രണ്ടാമത്തേത്."

"മെൻഡലിയേവിന്റെ ശ്രദ്ധേയമായ ഈ രണ്ടു പ്രവചനങ്ങൾ ഞങ്ങൾ ശാസ്ത്രജ്ഞന്മാരെ ആവേശഭരിതരാക്കി. പുതിയ മൂല കങ്ങൾ കണ്ടെത്തുന്നതിനുള്ള പ്രചോദനമായി ഞങ്ങളതിനെ കണ്ടു." ഒരു യുവശാസ്ത്രജ്ഞൻ പ്രതികരിച്ചതങ്ങനെയായിരു ന്നു.

"മെൻഡലിയേവ് പ്രവചിച്ചത് സംഭവിച്ചിരിക്കുന്നു. ജർമ്മേ നിയം, ഗാലിയം, സ്കാൻഡിയം എന്നീ മൂലകങ്ങൾ കണ്ടെത്തി യിരിക്കുന്നു. ഇവയുടെ ഗുണ ധർമ്മങ്ങൾ ഏറിയവയും മെൻഡ ലിയേവ് പ്രവചിച്ചപോലെതന്നെ. ആവർത്തനപ്പട്ടികയിൽ ഒഴി

ച്ചിട്ടിരുന്ന ഇടങ്ങളിൽ തന്നെ സ്ഥാനവും കിട്ടി. ഇത് കാണിക്കു ന്നത് ആവർത്തനപ്പട്ടികയുടെ ശാസ്ത്രീയതയാണ്." ശാസ്ത്രജ്ഞ ന്മാർ ചൂണ്ടിക്കാട്ടി.

"തെറ്റായ പല അറ്റോമിക ഭാരവും തിരുത്താൻ ആവർത്ത നപ്പട്ടിക സഹായിച്ചു. മൂലകങ്ങളെ അവയുടെ അറ്റോമിക ഭാരത്തിന്റെ അടിസ്ഥാനത്തിൽ ക്രമീകരിച്ചപ്പോൾ ബെരില്ല്യ ത്തിന്റെ സ്ഥാനം ക്രമപ്പെടുത്താൻ മെൻഡലിയേവിന് ബുദ്ധി മുട്ട് നേരിട്ടിരുന്നു. ബെരില്ല്യത്തിന്റെ അറ്റോമിക മാസ് 13.5 എന്നാണ് നിശ്ചയിച്ചിരിക്കുന്നത്. ബെരില്ല്യത്തിന്റെ അറ്റോമിക മാസിനു യോജിച്ച ഇടം എവിടെയായിരിക്കും.?"

"ബെരില്ല്യത്തിന്റെ അറ്റോമിക ഭാരത്തിൽ തെറ്റ് വന്നി ട്ടുണ്ടോ?" ആവർത്തനപ്പട്ടിക രൂപീകരിക്കുമ്പോൾ മെൻഡ ലിയേവ് ഇങ്ങനെ ചിന്തിച്ചിരുന്നു.

"ആവർത്തനപ്പട്ടിക തയ്യാറാക്കിയപ്പോൾ മെൻഡലിയേവ് ബെരില്ല്യത്തിന്റെ അറ്റോമിക ഭാരം തിരുത്തി 9 എന്നാക്കി. ലിഥി യത്തിനും ബോറോണിനും ഇടയിൽ ചേർത്തു.

ബെരില്ല്യത്തിന്റെ അറ്റോമിക ഭാരം 13.5 അല്ല 9 ആണെന്ന് പിന്നീട് കണ്ടെത്തി. ഇങ്ങനെ തെറ്റ് വന്ന അറ്റോമിക ഭാരം തിരു ത്താൻ കഴിഞ്ഞതും മെൻഡലിയേവിന്റെ ആവർത്തനപ്പട്ടികയുടെ മികവായി ശാസ്ത്രജ്ഞന്മാർ ചൂണ്ടിക്കാട്ടി.

"അകാർബണിക രസതന്ത്രത്തിന്റെ പഠനം ലളിതമാക്കാൻ ആവർത്തനപ്പട്ടിക സഹായിച്ചു. മാത്രമല്ല വ്യവസ്ഥിതമാക്കാനും സഹായിച്ചു." ഇങ്ങനെ ഒട്ടനവധി മെച്ചങ്ങൾ ശാസ്ത്രജ്ഞന്മാർ നിരത്തുകയുണ്ടായി.

ലോഥർ മെയറുടെയും, വില്യം ഓഡ്ലിങ്ങിന്റെയും ശ്രമ ങ്ങളും ചർച്ചയ്ക്കു വന്നു.

1864 ലാണ് ലോഥർ മെയർ സംയോജകതയുടെ അടിസ്ഥാ നത്തിൽ മൂലകങ്ങളെ തരംതിരിച്ച് പട്ടികപ്പെടുത്തിയത്. ഇതേ വർഷം തന്നെയാണ് വില്യം ഓഡ്ലിങ്ങും അഷ്ടക നിയമം പിന്തുടർന്ന് മൂലകങ്ങളെ പട്ടികപ്പെടുത്താൻ ശ്രമിച്ചത്. ഇവർ രണ്ടു പേരും തയ്യാറാക്കിയ പട്ടിക ഏതാണ്ട് ആവർത്തനപ്പട്ടിക പോലെ തന്നെയായിരുന്നു. പക്ഷേ, മെൻഡലിയേവിന്റെ ആവർത്തന പട്ടി കയ്ക്കുണ്ടായ മേന്മകൾ അവയിലുണ്ടായില്ല. പുതിയ മൂലക

ങ്ങളോ അവയുടെ ഗുണങ്ങളോ പ്രവചിക്കാൻ ലോഥർ മെയർക്കോ ഓഡ്ലിങ്ങിനോ കഴിഞ്ഞില്ല.

മെൻഡലിയേവിന്റെ ആവർത്തനപ്പട്ടികയെക്കുറിച്ചുള്ള വിമർശനങ്ങളും പ്രതിനിധികൾ ഉന്നയിച്ചു.

"അറ്റോമിക ഭാരത്തിന്റെ ആരോഹണക്രമം തെറ്റിച്ച് മൂലക ങ്ങൾ അടുക്കിയിരിക്കുന്നു."ഇതിനുള്ള ഉദാഹരണങ്ങളും അവർ ചൂണ്ടിക്കാട്ടി.

ടെലൂറിയത്തിന്റെ അറ്റോമിക ഭാരം 127.60 ആണ്. അയൊ ഡിന്റേത് 126.90 ആണ്. പക്ഷേ, പട്ടികയിൽ ടെലൂറിയം കഴി ഞ്ഞാണ് അയൊഡിന്റെ സ്ഥാനം. അതുപോലെ അർഗോ ണിന്റെയും പൊട്ടാസ്യത്തിന്റെയും കാര്യമെടുക്കൂ. പൊട്ടാസ്യ ത്തിന്റെ അറ്റോമിക ഭാരം 39.102 ആണ്. അർഗോണിന്റേത് 39.948. പൊട്ടാസ്യം കഴിഞ്ഞാണ് അർഗോണിന്റെ സ്ഥാനം വരേണ്ടത്. എന്നാൽ അർഗോൺ കഴിഞ്ഞാണ് പൊട്ടാസ്യത്തിന്റെ സ്ഥാനം.

" ഒരേ സ്വഭാവം കാണിക്കുന്ന ചില മൂലകങ്ങൾ വ്യത്യസ്ത ഗ്രൂപ്പുകളിലാണ്." അതായിരുന്നു മറ്റൊരു വിമർശനം.

ഉദാഹരണമായി അവർ ചൂണ്ടിക്കാണിച്ചത് കോപ്പറിന്റെയും മെർക്കുറിയുടെയും കാര്യമാണ്. കോപ്പറും മെർക്കുറിയും ഏറ ക്കുറെ ഒരേ രാസഗുണങ്ങൾ കാണിക്കുന്നവയാണ്. എന്നാൽ അവ വ്യത്യസ്ത ഗ്രൂപ്പുകളിലാണ്.

മെൻഡലിയേവിന്റെ ദീർഘനാളത്തെ കഠിനാദ്ധ്വാനത്തിന്റെ ഫലമായി പിറന്നതാണ് ആവർത്തനപ്പട്ടിക. അദ്ദേഹം മൂലക ങ്ങളുടെ രാസസ്വഭാവങ്ങളും ഭൗതിക സ്വഭാവങ്ങളും വളരെ നന്നായി പഠിച്ചിരുന്നു. അറ്റോമിക ഭാരത്തെയും മൂലകത്തിന്റെ സ്വഭാവത്തെയും ബന്ധപ്പെടുത്തിയാണ് പഠിച്ചത്.

മെൻഡലിയേവ് ആവർത്തനപ്പട്ടിക തയ്യാറാക്കുന്ന കാലഘ ട്ടത്തിൽ ഇലക്ട്രോൺ, പ്രോട്ടോൺ, ന്യൂട്രോൺ എന്നീ കണ ങ്ങളൊന്നും കണ്ടെത്തിയിരുന്നില്ല. ആകെ നിർണ്ണയിച്ചിരുന്നത് മൂലകങ്ങളുടെ അറ്റോമിക ഭാരമാണ്. ആറ്റത്തിന്റെ അടിസ്ഥാന ഗുണങ്ങൾക്കെല്ലാം ആധാരമായ കാര്യം അറ്റോമിക ഭാരമാണെ ന്നാണ് അക്കാലത്ത് ശാസ്ത്രജ്ഞന്മാർ വിശ്വസിച്ചിരുന്നത്.

സമ്മേളനത്തിൽ മെൻഡലിയേവും പങ്കെടുത്തിരുന്നു. എല്ലാം കേട്ടുകൊണ്ടിരുന്ന മെൻഡലിയേവിന്റെ ഊഴമെത്തി.

ആവർത്തനപ്പട്ടികയുടെ സാർവ്വിക സ്വീകരണത്തിൽ അദ്ദേഹം സന്തോഷം പ്രകടിപ്പിച്ചു. രസതന്ത്രം മുന്നോട്ടുള്ള കുതിപ്പിൽ ആവർത്തനപ്പട്ടികയ്ക്ക് നിർണ്ണായക പങ്കു വഹിക്കുവാനാകു ന്നുണ്ട് എന്നറിഞ്ഞതിൽ അദ്ദേഹത്തിന് അഭിമാനം തോന്നി.

"ആശയങ്ങളെ വിമർശനാത്മകമായി പരിശോധിക്കുമ്പോ ഴാണ് പുതിയ അറിവിലേക്ക് നമുക്ക് പോകാൻ സാധിക്കുന്നത്. അറ്റോമിക ഭാരത്തിന്റെ ആരോഹണക്രമത്തിൽ മൂലകങ്ങളെ ക്രമീ കരിക്കുമ്പോൾ മൂലകങ്ങളുടെ സ്വഭാവങ്ങൾ ആവർത്തിക്കപ്പെ ടുന്നത് കൃത്യമായ ഇടവേളകളിലാണ് .

"ആറ്റത്തിന്റെ ഗുണധർമ്മങ്ങൾ നിശ്ചയിക്കുന്നതിൽ മറ്റു ചില കാര്യങ്ങൾ കണ്ടേക്കാം. അത് കണ്ടെത്തണം. അതു സംഭ വിച്ചാൽ മെച്ചപ്പെട്ട ഒരു വർഗ്ഗീകരണത്തിലേക്ക് നമുക്ക് നീങ്ങാ നാകും. ക്ഷമയോടെ ശാസ്ത്ര സത്യങ്ങൾ നമുക്ക് അന്വേ ഷിക്കാം." അദ്ദേഹം ശാസ്ത്രസദസ്സിനോട് പറഞ്ഞു.

ആവർത്തനപ്പട്ടികയുടെ കാര്യത്തിൽ മെൻഡലിയേവിന്റെ ആത്മാർത്ഥതയും താല്പര്യവും വളരെ പ്രകടമാണ്.

മെൻഡലിയേവ് രസതന്ത്രത്തിന് നല്കിയ ഏറ്റവും മഹ ത്തായ സംഭാവനയാണ് ആവർത്തനപ്പട്ടിക."

"ശാസ്ത്രസാങ്കേതിക മേഖലയുമായി ബന്ധപ്പെട്ട് അദ്ദേഹം എന്തൊക്കെ ആശയങ്ങളാണ് മുന്നോട്ട് വച്ചിട്ടുള്ളത്?"

അദിതി മാഷിനോട് ചോദിച്ചു.

"ശാസ്ത്ര സാങ്കേതിക മേഖലയെക്കുറിച്ച് അദ്ദേഹത്തിന് ശുഭാപ്തി വിശ്വാസം ഉണ്ടായിരുന്നു. ശാസ്ത്ര ഗവേഷണങ്ങൾ നാടിന്റെ പുരോഗതിക്ക് പ്രയോജനപ്പെടണം. തദ്ദേശീയ അറിവു കൾക്കൊപ്പം പാശ്ചാത്യ ആശയങ്ങളേയും നമ്മൾ സ്വാഗതം ചെയ്യണം. അദ്ദേഹം മുന്നോട്ട് വയ്ക്കുന്ന തത്ത്വശാസ്ത്രങ്ങളുടെ മുഖ്യാശയവും ഇതായിരുന്നു."

"മെൻഡലിയേവിന്റെ കുട്ടിക്കാലത്ത് അദ്ദേഹത്തിന്റെ അമ്മ ഗ്ലാസ് ഫാക്ടറി ഏറ്റെടുത്തു നടത്തിയ കാര്യം നിങ്ങൾ ഓർക്കു മല്ലോ. മുതിർന്നപ്പോൾ വ്യവസായ സംരംഭങ്ങളോട് പ്രത്യേക താല്പര്യം ഉണ്ടായതിന് കാരണം ഗ്ലാസ് ഫാക്ടറിയാണ്. അമ്മ നടത്തിയ ഗ്ലാസ് ഫാക്ടറി അത്രയ്ക്ക് സ്വാധീനം അദ്ദേഹത്തിൽ ചെലുത്തിയിട്ടുണ്ട്." മാഷ് പറഞ്ഞു.

"പ്രകൃതിശക്തിക്കുമേൽ മനുഷ്യൻ ആധിപത്യം നേടുമെന്ന് അദ്ദേഹം ഉറച്ചു വിശ്വസിച്ചു. അതുകൊണ്ട് തന്നെ ജനപ്പെരുപ്പ ത്തെക്കുറിച്ച് അദ്ദേഹത്തിന് ആവലാതികൾ ഇല്ലായിരുന്നു. ഇക്കാ ര്യത്തിൽ മാൽത്യൂസ്യൻ സിദ്ധാന്തത്തെ അദ്ദേഹം നിരാകരിച്ചു."

"എന്താണ് മാൽത്യൂസ്യൻ സിദ്ധാന്തം?" ശിവാനി ചോദിച്ചു.

"തോമസ് റോബർട്ട് മാൽത്യൂസ്. അതാണദ്ദേഹത്തിന്റെ ശരി ക്കുള്ള പേര്. ഇംഗ്ലീഷുകാരനായ ഒരു ചിന്തകൻ. 1798 ൽ അദ്ദേഹം തന്റെ ജനസംഖ്യാ സിദ്ധാന്തം പ്രസിദ്ധീകരിച്ചു. ജനസംഖ്യാ വർദ്ധനവ് ആഹാര വിതരണം താറുമാറാക്കും. ഇതുമൂലം എല്ലാ വർക്കും ആഹാരം ലഭിക്കാതെവരും. ആഹാരത്തിനുവേണ്ടി മനു ഷ്യർ പോരടിക്കും. വിശപ്പുകൊണ്ടും രോഗങ്ങൾകൊണ്ടും ജനം നരകിക്കും. ഇത്തരത്തിലുള്ള ആശയങ്ങളാണ് അദ്ദേഹം തന്റെ സിദ്ധാന്തത്തിലൂടെ മുന്നോട്ട വച്ചത്. ഈ സിദ്ധാന്തത്തെ മെൻഡ ലിയേവ് നിരാകരിച്ചു."

"ഇക്കാര്യത്തിൽ മെൻഡലിയേവിന്റെ ആശയമെന്താണ്?"

"അദ്ധ്വാനം മാത്രമല്ല അറിവിന്റെ തലത്തിലുണ്ടാകുന്ന കുതി ച്ചുചാട്ടവും മാനവരാശിയെ മുന്നോട്ട് നയിക്കും. ജനസംഖ്യ എത്ര പെരുകിയാലും എല്ലാവർക്കും വേണ്ട ആഹാരം ഉല്പാദിപ്പിച്ചെ ടുക്കാൻ കഴിയും. മെൻഡലിയേവിന്റെ അഭിപ്രായമിതായിരുന്നു."

"വ്യാവസായിക വളർച്ച ഒരു സാദ്ധ്യതയാണ്. ആഹാരം, വസ്ത്രം, പാർപ്പിടം എന്നിവ എല്ലാവർക്കും സാദ്ധ്യമാക്കുന്നതി നുള്ള ഏറ്റവും ലളിതമായ മാർഗ്ഗങ്ങൾ അതിലൂടെ ഉരുത്തിരിഞ്ഞ് വരും. ശാസ്ത്ര സാങ്കേതിക വിദ്യ അതിനുള്ള വഴിതുറക്കും. ഉല്പാദനത്തിനോടൊപ്പം നീതിപൂർവ്വമായ വിതരണവും നട ക്കണം. അതിനുള്ള ഇച്ഛാശക്തി ഭരണകൂടത്തിനുണ്ടാകണം. മെൻഡലിയേവിന്റെ വളരെ ശ്രദ്ധേയമായ ഒരഭിപ്രായമാണിത്."

ശാസ്ത്ര സാങ്കേതിക വിദ്യ പ്രയോജനപ്പെടുത്തിക്കൊണ്ട് ഭക്ഷ്യോല്പാദനം ജനസംഖ്യാ വർദ്ധനവിന് അനുസൃതമായി വർദ്ധിപ്പിക്കാവുന്നതാണ്. വേണ്ടത് നീതിപൂർവ്വമായ വിതരണമാ ണ്. ഇതായിരുന്നു മെൻഡലിയേവ് മുന്നോട്ടുവച്ച ആശയം.

"ദാരിദ്ര്യവും വിശപ്പും തൊഴിലില്ലായ്മയും മുതലാളിത്ത ത്തിന്റെ സൃഷ്ടികളാണെന്ന മാർക്സിന്റെ ചിന്തകളോട് അദ്ദേ ഹത്തിന് യോജിപ്പുണ്ടായിരുന്നു."

മെൻഡലിയേവ് മാത്രമല്ല പല ചിന്തകരും മാൽത്യൂസ്യൻ സിദ്ധാന്തത്തെ എതിർത്തിരുന്നു.

"എന്തൊക്കെ കാര്യങ്ങളാണ് റഷ്യക്കു വേണ്ടി അദ്ദേഹം ചെയ്തത്." അഭിമന്യു ചോദിച്ചു.

മാഷ് വിശദീകരിക്കാൻ തുടങ്ങി.

"ശുഭാപ്തി വിശ്വാസം കൈവിടാത്ത ആളായിരുന്നല്ലോ മെൻഡലിയേവ്. റഷ്യയുടെ വ്യാവസായിക പുരോഗതിക്ക് തടസ്സം നില്ക്കുന്ന കാര്യങ്ങൾ അദ്ദേഹം തുറന്നു കാണിച്ചു. പരിഹാര മാർഗ്ഗങ്ങളും നിർദ്ദേശിച്ചു. പ്രശ്നപരിഹാരത്തിന് ഗവേഷണങ്ങൾ നടത്തി. പ്രബന്ധങ്ങൾ അവതരിപ്പിച്ചു."

"ആൽക്കഹോളിൽ ജലം ചേർത്ത് നേർപ്പിക്കുന്ന കാര്യമെ ടുക്കാം. ഇക്കാര്യത്തിൽ ജലത്തിന്റെയും ആൽക്കഹോളിന്റെയും അളവുകൾ സംബന്ധിച്ച് ചില പ്രശ്നങ്ങൾ അന്നു നിലനിന്നിരുന്നു. പ്രശ്ന പരിഹാരത്തിന് അദ്ദേഹം ഇവ തമ്മിൽ കലർത്തി അള വുകൾ സംബന്ധിച്ച് ധാരണകൾ രൂപപ്പെടുത്തി. ഇത് സംബ ന്ധിച്ച് പ്രബന്ധം അവതരിപ്പിച്ചു. ഇത് രാജ്യത്തിന് മുതൽക്കൂട്ടായി."

"റഷ്യയുടെ സാമ്പത്തിക പുരോഗതിക്ക് പെട്രോളിയത്തെ ക്കുറിച്ചുള്ള പഠനം അനിവാര്യമായിരുന്നു. പെട്രോളിയം രാജ്യ ത്തിന്റെ ധാതുസമ്പത്താണ്. പെട്രോളിയത്തെക്കുറിച്ചും മെൻഡ ലിയേവ് പഠിക്കാൻ തുടങ്ങി."

"അദ്ദേഹം അമേരിക്ക സന്ദർശിച്ചു. പെട്രോളിയം ശുദ്ധീക രണം സംബന്ധിച്ചും ഉല്പന്നങ്ങൾ സംബന്ധിച്ചും ധാരാളം കാര്യങ്ങൾ അദ്ദേഹം തിരിച്ചറിഞ്ഞു. ദൂരെ സ്ഥലങ്ങളിലേക്ക് പെട്രോളിയം ഉല്പന്നങ്ങൾ ചെലവു കുറഞ്ഞ രീതിയിൽ എത്തി ക്കുന്ന വിധം അദ്ദേഹം നേരിൽ കണ്ടു മനസ്സിലാക്കി."

"പെട്രോളിയത്തിന്റെ ഘടനയും സ്വഭാവവും പഠിച്ച് നിഗമ നങ്ങൾ രൂപപ്പെടുത്തി. പലതരം സങ്കീർണ്ണ ഹൈഡ്രോകാർബ ണുകളാണ് അതിലടങ്ങിയിട്ടുള്ളത്. അതൊരു ഓർഗാനിക് സംയു ക്തമാണ്. എടുത്തുപറയേണ്ട വസ്തുത എന്താണന്നു വച്ചാൽ പെട്രോളിയം ഉണ്ടാകുന്നത് ഭൂമിയുടെ ആഴങ്ങളിലാണ്. ഭൂമിയുടെ അടിത്തട്ടിലാണ് പെട്രോളിയത്തിന്റെ ഉറവിടം അന്വേഷിക്കേണ്ടത്. പെട്രോളിയത്തിലെ ഹൈഡ്രോ കാർബണുകൾ ഉണ്ടാകുന്നത് ജൈവവസ്തുക്കൾ വിഘടിച്ചല്ല. ഇതൊക്കെയായിരുന്നു അദ്ദേ

ഹത്തിന്റെ ആശയങ്ങൾ."

"മെൻഡലിയേവ് റഷ്യയുടെ ആദ്യ പെട്രോളിയം ശുദ്ധീകര ണശാലയുടെ നിർമ്മാണത്തിന് വഴിയൊരുക്കി. പെട്രോളിയം ട്രക്കുകളിൽ കൊണ്ടുപോകാതെ ഭൂമിക്കടിയിലൂടെ പൈപ്പുകളിട്ട് അതിലൂടെ കൊണ്ടുപോകണമെന്ന നിർദ്ദേശം അദ്ദേഹം മുന്നോട്ട് വച്ചു. പൈപ്പുലൈനുകൾ മണ്ണെണ്ണയുടെ വിലകുറയ്ക്കുന്നതിന് സഹായിക്കും. മെൻഡലിയേവ് അഭിപ്രായപ്പെട്ടു. അത് ഭരണ കൂടം അംഗീകരിച്ചു." മാഷ് തുടർന്നു.

"പെട്രോളിയത്തിന്റെ ഉപയോഗം സംബന്ധിച്ചും അദ്ദേഹം നിലപാട് പ്രഖ്യാപിച്ചു."

"എന്തായിരുന്നു അത്?" അൽഫു കൗതുകത്തോടെ ചോദിച്ചു.

"ചൂടും വെളിച്ചവും കിട്ടാൻ പെട്രോൾ കത്തിച്ചു കളയരുത്. പകരം നിങ്ങൾ ബാങ്ക് നോട്ടുകൾ കത്തിച്ച് ചൂടുല്പാദിപ്പിക്കൂ. അദ്ദേഹം നിലപാട് വ്യക്തമാക്കി.

മണ്ണെണ്ണ പെട്രോൾ ഉല്പന്നമാണ്. അത് സുലഭമായി വില കുറച്ച് കർഷകർക്ക് ലഭിക്കണം. ചൂടും വെളിച്ചവും കിട്ടാൻ അത വർ ഉപയോഗിക്കട്ടെ."

" മണ്ണെണ്ണ വിളക്ക് ഉപയോഗിച്ച് നഗരങ്ങൾ പ്രഭാപൂരിതമാ ക്കുന്നത് വിദേശരാജ്യങ്ങളിൽ അദ്ദേഹം കണ്ടിട്ടുണ്ട്."

" രാത്രിയിൽ പ്രകാശം ലഭിക്കാൻ മണ്ണെണ്ണ വിളക്ക് ഉപ യോഗിക്കണം." അദ്ദേഹം നിർദ്ദേശിച്ചു.

"മറ്റ് മേഖലകളിൽ അദ്ദേഹം ചെയ്ത കാര്യങ്ങൾ എന്തൊ ക്കെയാണ്?" അർജ്ജുൻ ചോദിച്ചു.

" കപ്പൽ നിർമ്മാണവുമായി ബന്ധപ്പെട്ട വിഷയങ്ങളിൽ താല്പര്യം അദ്ദേഹം പ്രകടിപ്പിച്ചിരുന്നു. നാല്പതോളം പ്രബ ന്ധങ്ങൾ അതുമായി ബന്ധപ്പെട്ട് അദ്ദേഹം തയ്യാറാക്കി അവത രിപ്പിച്ചു. ഉത്തരധ്രുവ പ്രദേശത്തേക്കുള്ള സമുദ്രയാത്ര നേരിടുന്ന പ്രശ്നങ്ങൾ അദ്ദേഹം പഠിച്ചു."

"ഉത്തരധ്രുവ പ്രദേശത്തേക്ക് യാത്രചെയ്യാൻ അദ്ദേഹം കൊതിച്ചിരുന്നു. സഞ്ചാരിയും ഫോട്ടോഗ്രാഫറുമായിരുന്നല്ലോ അദ്ദേഹം. ധ്രുവ പ്രദേശത്തേക്ക് യാത്രയ്ക്ക് തടസ്സം നില്ക്കുന്ന പ്രശ്നങ്ങൾ പരിഹരിക്കാൻ പഠനപര്യവേക്ഷണസംഘത്തോടും

നാവികരോടും അദ്ദേഹം അഭ്യർത്ഥിച്ചു.

"ഐസ് പാളികളെ മുറിച്ച് കടക്കുന്നതിന് പര്യാപ്തമായ കപ്പൽ നിർമ്മിക്കണം. അങ്ങനെ ഒരു കപ്പൽ 1898 ൽ പുറത്തിറ ങ്ങി. "യർമാക്ക്" എന്നായിരുന്നു കപ്പലിന്റെ പേര്.

ലോകത്തെ ആദ്യ ധ്രുവ പ്രദേശസഞ്ചാര കപ്പലായിരുന്നു അത്. ഇത് രൂപകല്പന ചെയ്യുന്നതിൽ മെൻഡലിയേവിനു പങ്കു ണ്ടായിരുന്നു.

"ഉത്തരധ്രുവ പ്രദേശത്ത് സ്വർണ്ണമോ ലവണങ്ങളോ ഇല്ല. അത് നമ്മുടെ അമേരിക്ക. അവിടെ കിടന്ന് മരിക്കാനാണെനി ക്കിഷ്ടം. എന്തുകൊണ്ടെന്നാൽ അവിടെ ഒരാളും സംസ്കരിക്ക പ്പെടുന്നില്ല. മഞ്ഞുപാളികൾക്കുള്ളിൽ സമാധാനത്തോടെ വിശ്ര മിക്കാം.." മെൻഡലിയേവ് പറഞ്ഞു. മരണം നിത്യശൈത്യത്തിൽ കൈവരിക്കാൻ അദ്ദേഹം ആഗ്രഹിച്ചു.

"അറിവ് ഹൃദയകവാടം തുറക്കണം. അറിവ് ചിന്തകളെ സർഗ്ഗാത്മകമാക്കണം. അറിവ് സംഭരിച്ചു വയ്ക്കേണ്ട ഒന്നല്ല. അറിവ് എല്ലാവരുടേയും കൈകളിലെത്തണം. ഇത് സമൂഹത്തിന് പ്രയോജനപ്പെടേണ്ട ഒന്നാകണം. ഇതായിരുന്നു മെൻഡലിയേവ് ആഗ്രഹിച്ചത്. ഇതനുസരിച്ചാണ് അദ്ദേഹം പ്രവർത്തിച്ചതും."

റഷ്യയിലെ കൽക്കരി വ്യവസായത്തെക്കുറിച്ചും അദ്ദേഹം പഠിച്ച് നിർദ്ദേശങ്ങൾ സമർപ്പിച്ചു.

"ആധുനിക രസതന്ത്രത്തിന്റെ പിതാവാണല്ലോ ലാവോ സിയെ. ഇവരുടെ പ്രവർത്തനങ്ങൾ തമ്മിൽ എന്തെങ്കിലും സാദൃ ശ്യങ്ങൾ ഉണ്ടായിരുന്നുവോ?" ശിവാനി ചോദിച്ചു.

"1794 ലാണ് ലാവോസിയെ കൊല്ലപ്പെട്ടത്. മെൻഡലിയോവ് ജനിക്കുന്നത് അത് കഴിഞ്ഞ് നാല്പത് വർഷങ്ങൾക്ക് ശേഷമാണ്. മെൻഡലിയേവ് ലാവോസിയെക്കുറിച്ച് പഠിച്ചിട്ടുണ്ടായിരുന്നു."

"പല കാര്യങ്ങളിലും അവർ തമ്മിൽ സാദൃശ്യങ്ങളുണ്ടായി രുന്നു. രണ്ടുപേരും പ്രതിഭാശാലികൾ. രസതന്ത്ര വിവരങ്ങൾക്ക് സംഭാവനകൾ ചെയ്തവർ. രണ്ടുപേരും അവരവരുടെ രാജ്യങ്ങ ളിലെ പൊതുസേവകരുമായിരുന്നു."

"രസതന്ത്രപുസ്തകങ്ങൾ രണ്ടുപേരും എഴുതിയിട്ടുണ്ട്. ലാവോസിയെ *Treatise on Chemistry* എന്ന പുസ്തകം എഴുതി യിട്ടുണ്ട്. അതാണ് രസതന്ത്രത്തിന് വേണ്ടി രചിക്കപ്പെട്ട ആദ്യ

പുസ്തകം. മെൻഡലിയേവ് രചിച്ച പുസ്തകങ്ങളിലൊന്നാണല്ലോ *Principles of Chemistry.*"

"ധനതത്ത്വശാസ്ത്രം, കൃഷി, വ്യവസായം എന്നിവ രണ്ടു പേർക്കും ഇഷ്ടപ്പെട്ട മേഖലകളായിരുന്നു. ചൂടു വാതക ബലൂൺ പരീക്ഷണങ്ങളിൽ രണ്ടുപേരും താല്പര്യം പ്രകടിപ്പിച്ചിരുന്നു."

"രണ്ടുപേരും അവരുടെ രാജ്യങ്ങളിൽ മെട്രിക് സിസ്റ്റം കൊണ്ടുവന്നു."

"എന്താണ് മെട്രിക് സിസ്റ്റം?"

"മീറ്റർ അടിസ്ഥാനപ്പെടുത്തിയുള്ള അളവുപദ്ധതി, നീളം അളക്കുന്നതിന് മീറ്റർ, വ്യാപ്തം അളക്കുന്നതിന് ലിറ്റർ, ഭാരം അളക്കുന്നതിന് ഗ്രാം. ഇവയാണ് മെട്രിക് പദ്ധതിയിൽ അളവു കളുമായി ബന്ധപ്പെട്ടുവരുന്ന യൂണിറ്റുകൾ."

"1670 ൽ ഫ്രഞ്ച് ജ്യോതിശാസ്ത്രജ്ഞനും ഗണിത ശാസ്ത്ര ജ്ഞനുമായ ഗബ്രിയൽ മൗണ്ടൻ ആണ് മെട്രിക് പദ്ധതി ലോക ത്താദ്യം നിർദ്ദേശിച്ചത്."

"നമ്മൾ ചർച്ച ചെയ്ത് വരുന്നത് ലാവോസിയെക്കുറിച്ചും മെൻഡലിയേവിനെക്കുറിച്ചുമായിരുന്നല്ലോ. നഗരങ്ങൾ രാത്രിയിൽ പ്രഭാത പൂരിതമാക്കാൻ രണ്ടുപേരും ചില ശ്രമങ്ങൾ നടത്തിയി രുന്നു. മണ്ണെണ്ണ വിളക്ക് പ്രചരിപ്പിക്കാൻ മെൻഡലിയേവ് ശ്രമിച്ച കാര്യം നിങ്ങൾക്കറിയാം. സസ്യഎണ്ണകൾ ഉപയോഗിക്കുന്ന വിള ക്കുകളായിരുന്നു ലാവോസിയെയുടെ കാലത്ത് ഉണ്ടായിരുന്നത്."

"ലാവോസിയെ പുരോഗമനവാദിയായിരുന്നു. ഫ്രഞ്ച് വിപ്ല വത്തിൽ അദ്ദേഹം പങ്കെടുത്തു. മെൻഡലിയേവ് പുരോഗമന വാദിയായിരുന്നുവെങ്കിലും റഷ്യൻ സാർ ഭരണകൂടത്തിനെതിരെ ഉയർന്നുവന്ന പ്രതിഷേധങ്ങളിൽനിന്നും അദ്ദേഹം ഒഴിഞ്ഞു നിന്നു. എന്നാൽ ചൂഷണരഹിതമായ ഒരു സമൂഹം ഉണ്ടാകണ മെന്ന് അദ്ദേഹം ആഗ്രഹിച്ചിരുന്നു.

"ഫ്രഞ്ച് വിപ്ലവത്തിന്റെ അവസാന നാളുകളിൽ അവിടെ നിലനിന്ന ഭരണകൂടം ലാവോസിയെയ്ക്കെതിരെ ചില കുറ്റങ്ങൾ ആരോപിച്ച് അദ്ദേഹത്തെ ശിരച്ഛേദനി യന്ത്രമുപയോഗിച്ച് വധിച്ചു. ഇക്കാര്യം മെൻഡലിയേവിനെ വേദനിപ്പിച്ചിരുന്നു."

"മെൻഡലിയേവ് അന്നാ പപ്പോവയെ കണ്ടുമുട്ടിയതെങ്ങനെ യായിരുന്നു?" അർജ്ജുൻ ചോദിച്ചു.

"അത് മറ്റൊരു കഥയാണ്."മാഷ് പറഞ്ഞു.

"മെൻഡലിയേവിന്റെ ഭാര്യ ഫിസോവ ലെഷ്ചെവ മെൻഡ ലിയേവിനൊടൊപ്പമായിരുന്നില്ല താമസിച്ചിരുന്നത്. സെന്റ് പീറ്റേഴ്സ്ബർഗിൽനിന്നും വളരെ ദൂരെ മോസ്കോയിലായിരുന്നു അവർ താമസിക്കാൻ ഇഷ്ടപ്പെട്ടത്. മെൻഡലിയേവ് വല്ലപ്പോഴു മൊക്കെ തന്റെ ഭാര്യയേയും കുഞ്ഞുങ്ങളേയും കാണാൻ സെന്റ് പീറ്റേഴ്സ്ബർഗിൽനിന്നും അങ്ങോട്ടു പോകുമായിരുന്നു. ഇക്കാര്യം നമ്മൾ നേരത്തേ ചർച്ചചെയ്തിട്ടുണ്ട്."

മെൻഡലിയേവിന്റെ പുത്രൻ വ്ളാഡിമിർ വലുതായപ്പോൾ അച്ഛനോടൊപ്പം താമസിച്ച് പഠിക്കാൻ യൂണിവേഴ്സിറ്റിയിലെത്തി. അക്കാലത്താണ് അന്ന പപ്പോവയെ കണ്ടുമുട്ടുന്നത്.

1876 ലാണ് സംഭവം നടക്കുന്നത്. അന്ന് മെൻഡലിയേവ് വളരെ പ്രശസ്തനായ ശാസ്ത്രജ്ഞനായി മാറിക്കഴിഞ്ഞിരുന്നു.

"അന്ന യൂണിവേഴ്സിറ്റിയിൽ കലാപഠനത്തിന് ചേർന്ന കാലം. ചിത്രരചനയായിരുന്നു അന്നയ്ക്കിഷ്ടപ്പെട്ട വിഷയം. മെൻഡലിയേവിന്റെ സഹോദരിയുടെ മകളും ഇതേ വിഷയം തെര ഞ്ഞെടുത്തു അന്നയോടൊപ്പം പഠിക്കുകയായിരുന്നു. രണ്ടുപേരും കൂട്ടുകാർ.

മെൻഡലിയേവിന്റെ സഹോദരി എക്കാടെറിനെ യൂണിവേ ഴ്സിറ്റിക്ക് അടുത്ത് താമസിക്കുകയായിരുന്നു. മകളോടൊത്ത് എന്നും അന്ന അവിടെ എത്തും. എക്കാടെറിന അന്നയെ അവ രോടൊപ്പം താമസിക്കാൻ ക്ഷണിച്ചു. അന്ന ക്ഷണം സ്വീകരിച്ചു.

മെൻഡലിയേവിനെക്കുറിച്ച് അന്ന കേട്ടിട്ടുണ്ട്. കൂട്ടുകാരി പറ യാറുണ്ട്. പക്ഷേ, കണ്ടിട്ടില്ല. പരിചയപ്പെടാൻ പോയതുമില്ല. ഒരു ദിവസം അന്ന മെൻഡലിയേവിനെ കണ്ടു. യൂണിവേഴ്സിറ്റിയിലെ ഒരു പ്രോഗ്രാമിൽ വച്ച്.

ആ കണ്ടുമുട്ടലിനെക്കുറിച്ച് അന്ന എഴുതിയ ഡയറിക്കുറിപ്പ് ഉണ്ട്. അതിൽ എന്താണ് എഴുതിയിരിക്കുന്നതെന്നു നോക്കാം."

അന്നയുടെ ഡയറിക്കുറിപ്പ് മാഷ് വായിക്കാൻ തുടങ്ങി.

"ഞാൻ പ്രോഗ്രാമിൽ പങ്കെടുക്കാൻ എത്തി. ഹാൾ നിറഞ്ഞു കവിഞ്ഞിരുന്നു. വിദ്യാർത്ഥികളും, അദ്ധ്യാപകരും, ഗവേഷക രുമെല്ലാം ആരെയോ പ്രതീക്ഷിച്ചിരിക്കുന്നു.

പെട്ടെന്നൊരു അടക്കംപറച്ചിൽ. പിന്നീടത് നേർത്ത ഇരമ്പ

ലായി. എല്ലാവരുടെയും മുഖത്ത് സന്തോഷത്തിന്റെ പ്രകാശം പട
രുന്നു. എന്താകാര്യം? ആരാ വരുന്നത്? ഞാൻ സ്വയം ചോദിച്ചു.”

മെൻഡലിയേവ്, മെൻഡലിയേവ്. എല്ലാവരും ഉറക്കെ മന്ത്രി
ക്കുന്നു.

“ഞാൻ ആ കാഴ്ച കണ്ടു. വിദ്യാർത്ഥികൾക്കിടയിലൂടെ
ഒരാൾ കടന്നു വരുന്നു. അനുപമമായ മുഖം. നല്ല ഉയരം. വിസ്തൃ
തമായ ചുമലുകൾ. തവിട്ട് നിറമുള്ള നീണ്ട തലമുടിയും താടി
രോമങ്ങളും. ജ്വലിക്കുന്ന കണ്ണുകൾ. മനോഹരമായ ചുണ്ടുകൾ.”

“ഭാവ പ്രകടനപരമായ മുഖം. ദ്രുതഗതിയിലുള്ള നടത്തം.
എല്ലാവരേയും പ്രചോദിപ്പിക്കുന്ന രൂപം. ഒരു പ്രകാശ പ്രവാഹം
എനിക്കനുഭവപ്പെട്ടു.”

“എല്ലാവരും ഹർഷാരവത്തോടെ അദ്ദേഹത്തെ വരവേല്
ക്കുന്നു. ഏറ്റവും പ്രിയപ്പെട്ട ഒന്നിനെ സ്വീകരിക്കുമ്പോൾ തൂകുന്ന
പുഞ്ചിരിയോടെ.”

“കൈകളുയർത്തി അഭിവാദ്യം ചെയ്ത് മെൻഡലിയേവ് വേദി
യിലേക്ക്. അദ്ദേഹം പറയുന്നത് ഞാൻ ശ്രദ്ധയോടെ കേട്ടു. ഓരോ
വാക്കും മനസ്സിൽ ആഴ്ന്നിറങ്ങുന്നത് നന്മകളുടെ ലോകത്തി
ലേക്ക്. ശാസ്ത്രത്തിന്റെ ലോകത്തിലേക്ക്. കൂട്ടായ്മയുടെ ലോക
ത്തിലേക്ക് അദ്ദേഹം സദസ്സിനെ കൂട്ടിക്കൊണ്ടു പോയി.
അന്നാണ് ഞാൻ മെൻഡലിയേവിനെ ആദ്യം കണ്ടത്. പക്ഷേ,
പരിചയപ്പെടാൻ കഴിഞ്ഞില്ല.

ഒരു ദിവസം മെൻഡലിയേവ് എക്കാടെറിനെയെ കാണാൻ
വന്നു. അന്നാണ് ഞാൻ അദ്ദേഹത്തെ പരിചയപ്പെട്ടത്.”

“എക്കാടെറിനെക്ക് വീടുമാറേണ്ട സാഹചര്യം വന്നു. ഉടൻ
അത് നടക്കില്ലെന്നു വന്നപ്പോൾ മെൻഡലിയേവ് ഞങ്ങളെ മൂന്നു
പേരെയും അദ്ദേഹത്തിന്റെ വീട്ടിലേക്ക് ക്ഷണിച്ചു. അങ്ങനെ
ഞങ്ങൾ മെൻഡലിയേവിനും വ്ളാഡ്മിറിനുമൊപ്പം താമസി
ക്കാൻ തുടങ്ങി.”

“സന്തോഷത്തിന്റെ ദിനങ്ങൾ. മെൻഡലിയേവിന്റെ വീടാകെ
മാറി. വീട് സജീവമാകാൻ തുടങ്ങി. മെൻഡലിയേവ് തനിക്ക്
ഇഷ്ടപ്പെട്ട പുസ്തകങ്ങൾ ഉറക്കെ വായിക്കും. ഞാൻ കുറിപ്പുക
ളെഴുതും. പിന്നെ ചെസ് ഗെയിമിലേക്ക്. ചിലപ്പോഴൊക്കെ ഞാൻ
ജയിക്കും.”

"ഞങ്ങൾ ഒരുമിച്ച് യാത്രചെയ്യാൻ തുടങ്ങി. അദ്ദേഹവുമാ
യുള്ള അകൽച്ച വിട്ടുമാറാൻ തുടങ്ങി. വളരെ വിശുദ്ധമായ
സ്നേഹബന്ധം."

അങ്ങനെയിരിക്കെ ഞങ്ങൾക്ക് മറ്റൊരു വീട് തരപ്പെട്ടു.
അങ്ങോട്ടുമാറുന്നതിന്റെ തലേദിവസം.

മെൻഡലിയേവും ഞാനും ചെസ്ഗെയിമിൽ പങ്കെടുക്കുക
യായിരുന്നു. കളി നിർത്തി ഞാൻ മുറിയിലേക്ക് പോയി. തിരിച്ച് വന്ന്
നോക്കിയപ്പോൾ ഞാൻ കണ്ട കാഴ്ച എന്നെ ഞെട്ടിച്ചു. മെൻഡ
ലിയേവ് കൈകൾകൊണ്ട് മുഖംമറച്ച് വിങ്ങിക്കരയുകയാണ്.

"ഞാൻ തികച്ചും ഏകനാണ്. എന്നും ഞാനൊരു ഏകാകി
യായിരുന്നു. അതിനെയെല്ലാം ഞാൻ അതിജീവിച്ചിരുന്നു. പക്ഷേ,
ഇതുപോലൊരു വേദന എനിക്ക് ഉണ്ടായിട്ടില്ല."ആരോടെന്നി
ല്ലാതെ അദ്ദേഹം പറയുന്നു.

അദ്ദേഹത്തിന്റെ ശരീരമാകെ തണുത്ത് വിറങ്ങലിച്ചിരി
ക്കുന്നു. എനിക്കദ്ദേഹത്തോട് സഹതാപം തോന്നി."

ഇത്രയും വായിച്ച് മാഷ് ഡയറി മടക്കി വച്ചു. കുറെ സമയം
ആരും ഒന്നും മിണ്ടിയില്ല. തുടർന്ന് മാഷ് വീണ്ടും കാര്യങ്ങൾ
പറയാൻ തുടങ്ങി.

ഭാര്യ ഫിസോവലെഷ്ചെവയുടെ കത്തുവരുമ്പോഴും
അദ്ദേഹം ചില സന്ദർഭങ്ങളിൽ വിങ്ങിക്കരയുമായിരുന്നു.

"അന്ന പിന്നെ മെൻഡലിയേവിനെ വിട്ടുപിരിഞ്ഞില്ല.
അന്നയെ വിവാഹം കഴിക്കാൻ മെൻഡലിയേവ് തീരുമാനിച്ചു.
അന്നയ്ക്കും എതിർപ്പില്ലായിരുന്നു. ആദ്യ ഭാര്യയുമായുള്ള
വിവാഹമോചനം നേടണമെങ്കിൽ അന്നത്തെ റഷ്യൻ
നിയമപ്രകാരം ഏഴ് വർഷം കാത്തിരിക്കണം."

"ഏഴ് വർഷം അവർ കാത്തിരുന്നോ?" അഭിമന്യു ചോദിച്ചു.

"ഇല്ല. എതിർപ്പുകൾ മറികടന്ന് അതിനു മുമ്പ് തന്നെ അവർ
വിവാഹിതരായി. നാല്പത്താറുകാരനായ മെൻഡലിയേവ്
പത്തൊമ്പതുകാരിയായ അന്നയെ അങ്ങനെ വിവാഹം കഴിച്ചു.
1882 ലാണ് ഇരുവരും തമ്മിലുള്ള വിവാഹം നടന്നത്."

"പിന്നെ എന്താണ് സംഭവിച്ചത്?"

"അന്നയുമായുള്ള വിവാഹം പല എതിർപ്പുകളും സൃഷ്ടിച്ചു.
ശത്രുക്കൾ ഒരുമിച്ച് ചേർന്ന് മെൻഡലിയേവിനെ അപകീർത്തി

പ്പെടുത്താൻ ശ്രമിച്ചു. പക്ഷേ, മെൻഡലിയേവിന്റെ പ്രതിഭയ്ക്ക് മുന്നിൽ അവർക്ക് പിടിച്ചുനില്ക്കാനായില്ല. എങ്കിലും നിയമം തെറ്റിച്ച മെൻഡലിയേവിന് റഷ്യൻ ഭരണകൂടത്തിന്റെ വെറുപ്പ് സമ്പാദിക്കേണ്ടി വന്നു."

"നാലു കുഞ്ഞുങ്ങൾ അവർക്ക് പിറന്നു. വസിലി, മറിയ പിന്നെ രണ്ടുപേർ ഇരട്ടകൾ. ലിയുബോവും, ഇവാനും."

"മെൻഡലിയേവിന് ലഭിച്ച പുരസ്കാരങ്ങളെക്കുറിച്ച് പറ യാമോ?" അദിതി ചോദിച്ചു.

"പറയാം. നിങ്ങൾ റോയൽ സൊസൈറ്റി ഓഫ് ഇംഗ്ലണ്ട് എന്ന് കേട്ടിട്ടുണ്ടോ? 1660 ൽ ഇംഗ്ലണ്ടിൽ ആരംഭിച്ച ഒരു സ്ഥാപ നമാണ്. ലോകത്തിലെ ഏറ്റവും പഴക്കം ചെന്ന ശാസ്ത്രസ്ഥാ പനം. പ്രകൃതി ശാസ്ത്രത്തിന്റെ വളർച്ചയെ പ്രോത്സാഹിപ്പിക്കാൻ വേണ്ടിയാണ് അത് സ്ഥാപിതമായത്.

ഹംഫ്രിഡേവിയുടെ സ്മരണാർത്ഥം ഈ സ്ഥാപനം രസ തന്ത്രശാഖയ്ക്ക് സുപ്രധാന സംഭാവനകൾ നല്കുന്ന ശാസ്ത്ര ജ്ഞന്മാർക്ക് ഡേവി മെഡൽ സമ്മാനിച്ചിരുന്നു. 1882 ൽ മെൻഡ ലിയേവ് ഡേവി മെഡൽ ജേതാവായി."

"ഹംഫ്രിഡേവി ആരായിരുന്നു?"

"അദ്ദേഹം ഒരു രസതന്ത്രജ്ഞനും ഗവേഷകനുമായിരുന്നു. ലാവോസിയെക്കുശേഷം രസതന്ത്രത്തെ മുന്നോട്ടു നയിച്ച ശാസ്ത്രജ്ഞൻ. വൈദ്യുത രസതന്ത്രത്തിന്റെ പ്രയോക്താവായി രുന്നു. ചില മൂലകങ്ങളെ കണ്ടെത്തിയത് അദ്ദേഹമാണ്.

1778 ൽ ബ്രിട്ടനിലാണ് ഡേവി ജനിച്ചത്. 1829 ൽ അദ്ദേഹം മരിച്ചു. ഒരു കൊത്തു പണിക്കാരന്റെ മകനായിട്ടാണ് ജനിച്ചത്. സ്വയം നിർമ്മിത ശാസ്ത്രജ്ഞനായിരുന്നു അദ്ദേഹം. റോയൽ സൊസൈറ്റിയുടെ പ്രസിഡന്റ് ആയും അദ്ദേഹം പ്രവർത്തിച്ചു.

"നിങ്ങൾ ഡേവിസ് സേഫ്റ്റി ലാംബ് എന്ന് കേട്ടിട്ടുണ്ടോ? ഡേവിയുടെ സുരക്ഷിത വിളക്ക്?" മാഷ് ചോദിച്ചു.

ഖനികളിൽ പ്രവർത്തിക്കുന്ന തൊഴിലാളികൾക്ക് അപകടം വരുത്തുന്ന ഒരു വാതകമാണ് മീഥെയ്ൻ. ഖനിക്കുള്ളിൽ മെഴുകു തിരി കത്തിക്കുമ്പോൾ പടരുന്ന ജ്വാലയിൽ മീഥെയ്ൻ വാത കവും കത്താനിടയാകുന്നു. പൊട്ടിത്തെറിയിൽ ഖനിത്തൊഴി ലാളികൾ മരിക്കുന്നു.

ഇതൊഴിവാക്കാൻ അദ്ദേഹം ഒരു വിളക്ക് നിർമ്മിച്ചു. ആ വിളക്കിന് ചെറുകണ്ണികളുള്ള വലകൊണ്ടൊരു മറ ഉണ്ട്. ഇത് ജ്വാലയെ നിയന്ത്രിക്കുന്നു. ഈ വിളക്ക് ഖനി തൊഴിലാളികൾക്ക് സുരക്ഷ നല്കി. ഇതാണ് ഡേവിയുടെ സുരക്ഷിത വിളക്ക്."

"1889 ൽ മൈക്കൽ ഫാരഡേയുടെ സ്മരണാർത്ഥം ബ്രിട്ട നിലെ കെമിക്കൽ സൊസൈറ്റി സംഘടിപ്പിച്ച ഫാരഡെ പ്രഭാ ഷണ പരിപാടിയിലെ മുഖ്യപ്രഭാഷകൻ മെൻഡലിയേവായിരുന്നു. ആവർത്തനപ്പട്ടികയായിരുന്നു പ്രഭാഷണ വിഷയം. അന്നവിടെ വച്ച് കെമിക്കൽ സൊസൈറ്റി മെൻഡലിയേവിന് ഫാരഡെ മെഡൽ നല്കി ആദരിച്ചു."

"ഡേവി മെഡൽ ലഭിച്ച ശേഷം 1892 ൽ റോയൽ സൊസൈറ്റി മറ്റൊരു പദവി നല്കി ആദരിച്ചു. റോയൽ സൊസൈറ്റിയുടെ വിദേശകാര്യവകുപ്പ് മന്ത്രിയായി അദ്ദേഹത്തെ തെരഞ്ഞെടുത്തു."

"ബ്രിട്ടനിലെ റോയൽ സൊസൈറ്റി നല്കുന്ന പരമോന്നത ബഹുമതിയാണ് കോപ്ലെ മെഡൽ. ശാസ്ത്രത്തിലെ വിവിധ മേഖലകളിൽ നടക്കുന്ന മഹത്തായ ഗവേഷണ നേട്ടങ്ങൾക്ക് വർഷം തോറും നല്കുന്ന അവാർഡാണത്. ശാസ്ത്ര ലോകത്ത് ഇന്ന് നിലനില്ക്കുന്ന ഏറ്റവും പഴക്കമുള്ള അവാർഡാണ് കോപ്ലെ മെഡൽ. 1733 ലാണ് ഈ അവാർഡ് ഏർപ്പെടുത്തി യത്. മെൻഡലിയോവിന് ഈ അവാർഡ് ലഭിച്ചിട്ടുണ്ട്. 1905 ലാണ് റോയൽ സൊസൈറ്റി കോപ്ലെ മെഡൽ നല്കി മെൻഡലിയേ വിനെ ആദരിച്ചത്."

"കോപ്ലെ അവാർഡ് എങ്ങനെയാണ് നിലവിൽ വന്നത്?"

"റോയൽ സൊസൈറ്റിയിലെ അംഗമായിരുന്ന സർ ഗോഡ് ഫ്രെ കോപ്ലെയുടെ സ്മരണാർത്ഥം ഏർപ്പെടുത്തിയ അവാർഡാ ണിത്.

യോക്ഷെയർ പാർലമെന്റ് അംഗമായിരിക്കെ അദ്ദേഹം ഒരു ഫണ്ട് സ്വരൂപിച്ചിരുന്നു. സമൂഹത്തിനും ശാസ്ത്രപുരോഗതിക്കും പ്രയോജനകരമാകുന്ന പരീക്ഷണങ്ങൾ പ്രോത്സാഹിപ്പിക്കുന്ന തിന് വേണ്ടിയാണ് ആ ഫണ്ട് അദ്ദേഹം സ്വരൂപിച്ചത്. 1709 ൽ അദ്ദേഹം മരിച്ചു. ആദ്യ കോപ്ലെ അവാർഡ് ലഭിച്ചത് സ്റ്റീഫൻ ഗ്രേ എന്ന പ്രകൃതിശാസ്ത്രജ്ഞനായിരുന്നു. അദ്ദേഹം വൈദ്യുത ചാലകങ്ങളുമായി ബന്ധപ്പെട്ട പരീക്ഷണങ്ങളിലാണ് ഏർപ്പെ

ട്ടത്. പരീക്ഷണങ്ങൾ പൊതുസമൂഹത്തിന് മുമ്പിൽ അദ്ദേഹം അവതരിപ്പിച്ചിരുന്നു."

"നോബൽ സമ്മാനം മെൻഡലിയേവിന് ലഭിക്കാതിരുന്നതെ ന്തുകൊണ്ടാണ്?"

"രണ്ട് പ്രാവശ്യം മെൻഡലിയേവിന്റെ പേര് നോബൽ സമ്മാ നത്തിന് നിർദ്ദേശിക്കപ്പെട്ടിരുന്നു. 1906 ലും 1907 ലും. പക്ഷേ, അദ്ദേഹം ഒഴിവാക്കപ്പെട്ടു."

"എന്തായിരുന്നു കാരണം?"

"വൈദ്യുത വിഘടന സിദ്ധാന്തത്തിന് 1903 ൽ അറിനിയസ് എന്ന സ്വീഡിഷ് ശാസ്ത്രജ്ഞന് നോബൽ സമ്മാനം ലഭിച്ചി രുന്നു. അറിനിയസിന് സ്വീഡിഷ് അക്കാദമിയിൽ സ്വാധീനമുണ്ടാ യിരുന്നു. രസതന്ത്രത്തിലെ നോബൽ സമ്മാനം നിശ്ചയിക്കുന്ന തിലും അദ്ദേഹത്തിന് സ്വാധീനമുണ്ടായിരുന്നു.

അറിനിയസിന് മെൻഡലിയേവിനോട് നീരസമുണ്ടായിരുന്നു. അറിനിയസ് മുന്നോട്ടുവച്ച സിദ്ധാന്തത്തിലെ ചില കാര്യങ്ങളോട് മെൻഡലിയേവിന് ക്രിയാത്മകമായ വിയോജിപ്പുണ്ടായിരുന്നു. ഇക്കാര്യം മെൻഡലിയേവ് തുറന്നെഴുതിയിരുന്നു. ഇത് അറിനി യസിന് രസിച്ചില്ല.

രസതന്ത്രത്തിനുവേണ്ടിയുള്ള കമ്മിറ്റി ശുപാർശ ചെയ്യുന്ന വ്യക്തിയെ അക്കാദമി തെരഞ്ഞെടുക്കുകയാണ്. പതിവ്. മെൻഡ ലിയേവിനെ ഒഴിവാക്കാൻ കമ്മിറ്റിയിലെ മറ്റുള്ളവരെ അറിനി യസ് സ്വാധീനിച്ചു. അങ്ങനെ രണ്ടു തവണയും മെൻഡലിയേവ് ഒഴിവാക്കപ്പെട്ടു."

"അയ്യോ കഷ്ടമായിപ്പോയി. വിമർശനങ്ങളെ സ്വീകരിക്കാ നുള്ള മനസ്സ് ശാസ്ത്രത്തിനും ശാസ്ത്രജ്ഞന്മാർക്കും ഉണ്ടല്ലോ. എന്നിട്ടും." അർജ്ജുൻ പറഞ്ഞു.

"മെൻഡലിയേവിന് നോബൽ സമ്മാനം നല്കേണ്ടതായി രുന്നു." ശിവാനി പറഞ്ഞു.

"ഇനിയും മെൻഡലിയേവിനെക്കുറിച്ചുള്ള ചില കാര്യങ്ങൾ നിങ്ങളോട് പറയാനുണ്ട്."

"പറയണം സർ." സയൻസ് ക്ലബ് അംഗങ്ങൾ ഒറ്റ സ്വരത്തിൽ പറഞ്ഞു.

1890 ആഗസ്ത് 17 ന് ഒരു വാർത്ത സെന്റ് പീറ്റേഴ്സ്ബർഗ്

യൂണിവേഴ്സിറ്റിയിൽനിന്നും പുറത്തു വന്നു.

"എന്തായിരുന്നു ആ വാർത്ത?" അൽഫു ചോദിച്ചു.

"മെൻഡലിയേവ് യൂണിവേഴ്സിറ്റിയിൽനിന്നും രാജിവച്ചു. ആദ്യം ആർക്കും അത് വിശ്വസിക്കാനായില്ല. ഒടുവിൽ യൂണി വേഴ്സിറ്റി തന്നെ ആ വാർത്ത സ്ഥിതീകരിച്ചു."

"രാജിവയ്ക്കാനിടയായ സാഹചര്യം എന്തായിരുന്നു?"

"യൂണിവേഴ്സിറ്റി എടുക്കുന്ന ചില നിലപാടുകളോട് അദ്ദേ ഹത്തിന് വിയോജിപ്പുണ്ടായിരുന്നു. വിദ്യാർത്ഥികൾക്കെതിരെ എടുക്കുന്ന നിലപാടുകൾക്കെതിരെ അദ്ദേഹം പ്രതികരിച്ചിട്ടുണ്ട്. എന്നും അദ്ദേഹം വിദ്യാർത്ഥികൾക്കൊപ്പമായിരുന്നു."

"വാർത്ത എല്ലാവരെയും വേദനിപ്പിച്ചു. പ്രത്യേകിച്ച് വിദ്യാർ ത്ഥികൾക്ക് അത് താങ്ങാൻ പറ്റിയില്ല. അവർ അദ്ദേഹത്തെ പിന്തി രിപ്പിക്കാൻ ശ്രമിച്ചു. പക്ഷേ, അദ്ദേഹം നിലപാട് മാറ്റിയില്ല."

"വിദ്യാർത്ഥികളുടെയും ഗവേഷകരുടെയും ഹൃദയം കവർന്ന പ്രഭാഷകൻ. അവർക്ക് അറിവിന്റെ ചിറകുകൾ നല്കി ശാസ്ത്രത്തിന്റെ തിളങ്ങുന്ന വിഹായസ്സിലേക്ക് ഉയർത്തിവിട്ട പ്രൊഫസർ. റഷ്യയുടെ വികസനക്കുതിപ്പിൽ നിർണ്ണായക സ്വാധീനം ചെലുത്തിയ കർമ്മയോഗി. ലോക പ്രശസ്ത ശാസ്ത്രജ്ഞൻ അങ്ങനെ യൂണിവേഴ്സിറ്റിയുടെ പടികളിറങ്ങി."

"പിന്നെന്താ അദ്ദേഹത്തിന് സംഭവിച്ചത്?"

"റഷ്യൻ ഭരണകൂടം അദ്ദേഹത്തെ വിടാൻ കൂട്ടാക്കിയില്ല. രാജ്യത്ത് അദ്ദേഹത്തെ വേണം. അവർ റഷ്യക്ക് വേണ്ടി അദ്ദേ ഹത്തെ ക്ഷണിച്ചു. അളവുതൂക്ക ബ്യൂറോയുടെ ഡയറക്ടറായി നിയമിച്ചു. അദ്ദേഹം ആ പദവി സ്വീകരിച്ചു. അവിടെ ഇരുന്നു കൊണ്ടാണ് റഷ്യയിൽ മെട്രിക് പദ്ധതി അദ്ദേഹം നടപ്പിലാക്കിയത്."

"1893 ലാണ് അദ്ദേഹം അളവുതൂക്ക ബ്യൂറോയുടെ ഡയറ ക്ടർ ആയത്. ഈ പദവിയിലിരിക്കെയാണ് അദ്ദേഹം മരണമടഞ്ഞത്."

"അദ്ദേഹമെന്നാണ് മരിച്ചത്?"

"1907 ഫെബ്രുവരി രണ്ടിനാണ് അദ്ദേഹം മരിച്ചത്. എഴുപ ത്തിമൂന്നാം പിറന്നാളിന് ആറ് ദിവസം മുമ്പേ അദ്ദേഹം ഈ ലോക ത്തോട് വിട പറഞ്ഞു."

"മരണകാരണമെന്തായിരുന്നു?"

"ഇൻഫ്ളുവൻസ ബാധിച്ചാണ് അദ്ദേഹം മരിച്ചത്. മരണ

വാർത്ത അറിഞ്ഞ ഉടൻ റഷ്യ ദുഃഖത്തിലാണ്ടു. വിദ്യാർത്ഥികൾ വിങ്ങിക്കരഞ്ഞു. തന്റെ അമ്മയെ അടക്കിയ ഇടത്ത് തന്നെ തന്റെ ഭൗതിക ശരീരവും അടക്കണമെന്നത് അദ്ദേഹത്തിന്റെ ആഗ്രഹമായിരുന്നു. അദ്ദേഹത്തിന്റെ ഭൗതിക ശരീരം സെന്റ് പീറ്റേഴ്സ് ബർഗിലും, യൂണിവേഴ്സിറ്റിയിലും പൊതുദർശനത്തിന് വച്ചു. ആയിരങ്ങൾ അന്ത്യാഞ്ജലികൾ അർപ്പിക്കാൻ എത്തിച്ചേർന്നു."

"വിലാപയാത്ര സെന്റ് പീറ്റേഴ്സ്ബർഗിലെ വോൾകോവ സെമിത്തേരിയിലേക്ക് തിരിച്ചു. അവിടെയാണ് അദ്ദേഹത്തിന്റെ അമ്മ അന്ത്യവിശ്രമം കൊള്ളുന്നത്. അവിടെ ഔദ്യോഗിക ബഹുമതികളോടെ അദ്ദേഹത്തിന്റെ ഭൗതിക ശരീരം സംസ്കരിച്ചു. അദ്ദേഹത്തെ സ്നേഹിച്ച വിദ്യാർത്ഥികളും, ഗവേഷകരും ആവർത്തനപ്പട്ടിക ഉയർത്തിപ്പിടിച്ചാണ് വിലാപയാത്രയിൽ പങ്കെടുത്തത്. ശാസ്ത്ര ലോകം അദ്ദേഹത്തിന് ആദരാഞ്ജലികൾ അർപ്പിച്ചു."

"അനുശോചനയോഗങ്ങൾ റഷ്യയിലെങ്ങും നടന്നു. എല്ലായിടത്തും ആവർത്തനപ്പട്ടിക പ്രദർശിപ്പിച്ചുകൊണ്ടായിരുന്നു അനുശോചനയോഗങ്ങൾ നടന്നത്."

മെൻഡലിയേവിന്റെ കഥ വളരെ ശ്രദ്ധയോടെയാണ് സയൻസ് ക്ലബ്ബ് അംഗങ്ങൾ കേട്ടുകൊണ്ടിരുന്നത്. കഥ പറഞ്ഞുതീർന്നിട്ടും കുട്ടികൾ എഴുന്നേറ്റ് പോകാൻ കൂട്ടാക്കിയില്ല.

മെൻഡലിയേവിന്റെ കഥ കേട്ട് അനുഭവങ്ങൾ പറയാൻ കുട്ടികൾ മുന്നോട്ട് വന്നു. മാഷിന് നന്ദിപറഞ്ഞുകൊണ്ടാണ് അവർ പ്രതികരിക്കാൻ ശ്രമിച്ചത്.

സയൻസ് ക്ലബ്ബ് അംഗങ്ങൾക്ക് ആശംസകൾ നേർന്നുകൊണ്ട് മാഷ് എഴുന്നേറ്റു. കുട്ടികളും അദ്ദേഹത്തെ അനുഗമിച്ചു.

അദ്ദേഹത്തെ യാത്ര അയച്ചശേഷം സൈജ ടീച്ചറോടൊപ്പം സയൻസ് ക്ലബ്ബ് അംഗങ്ങൾ തിരികെ ക്ലാസ് മുറിയിൽ വന്നു. തുടർപ്രവർത്തനങ്ങൾ ആലോചിച്ചു.

"നമുക്ക് മെൻഡലിയേവിന്റെ കഥ പതിപ്പാക്കണം." വീണയുടെ നിർദ്ദേശം പൊതു നിർദ്ദേശമായി മാറി.

"എല്ലാവരും ചെറു കുറിപ്പുകൾ തയ്യാറാക്കണം. സൈജ ടീച്ചർ പറഞ്ഞു."

"ഞങ്ങൾ റെഡിയാണ്."

"എങ്കിൽ മേഖലകൾ തിരിച്ചോളൂ."

മെൻഡലിയേവിന്റെ കുടുംബം, കുട്ടിക്കാലം, സ്കൂൾ വിദ്യാഭ്യാസം, കോളേജ് വിദ്യാഭ്യാസം, അച്ഛനും മെൻഡലിയേവും, അമ്മയും മെൻഡലിയേവും, മെൻഡലിയേവും വിദ്യാർത്ഥികളും, മെൻഡലിയേവും ആവർത്തനപ്പട്ടികയും, മെൻഡലിയേവിന്റെ വിവാഹം തുടങ്ങി നിരവധി മേഖലകൾ കുട്ടികൾ പറയാൻ തുടങ്ങി. കുട്ടികൾ പറഞ്ഞകാര്യങ്ങൾ സൈജ ടീച്ചർ ബോർഡിൽ കുറിച്ചിട്ടു.

"മെൻഡലിയേവിന്റെ ചിത്രങ്ങളും ശേഖരിക്കണം."

ആരൊക്കെ എന്തൊക്കെ എഴുതണമെന്നും തീരുമാനിച്ചു. എഴുതുന്ന കാര്യങ്ങളിൽ സംശയം നേരിട്ടാൽ മാഷിനെ വിളിക്കാമെന്ന് ടീച്ചർ പറഞ്ഞു. പതിപ്പ് എന്ന് പൂർത്തിയാക്കാം, എന്ന് എഡിറ്റ് ചെയ്യാം, പ്രകാശനകർമ്മം എന്ന് നടത്താം തുടങ്ങിയ കാര്യങ്ങളും ചർച്ച ചെയ്ത് തീരുമാനങ്ങൾ എടുത്തു. എഡിറ്റോറിയൽ ബോർഡും രൂപീകരിച്ചു. അതിനുശേഷമാണ് സയൻസ് ക്ലബ്ബ് അംഗങ്ങൾ പിരിഞ്ഞുപോയത്.

അദിതി കണ്ട സ്വപ്നം

അദിതിയുടെ മനസ്സുനിറയെ ആവർത്തനപ്പട്ടികയും മെൻഡ ലിയേവുമായിരുന്നു. മെൻഡലിയേവിന്റെ കഥ വീട്ടിൽ എല്ലാവ രോടും അവൾ പറഞ്ഞു. രാത്രി പതിവിലും നേരത്തേ അദിതി ഉറങ്ങാൻ കിടന്നു. എപ്പോഴോ അവൾ ഉറക്കത്തിൽ വീണു. ഉറ ക്കത്തിൽ അവളൊരു സ്വപ്നം കണ്ടു.

കടൽത്തീരം. കാറ്റിന്റെ ഇരമ്പൽ. തീരത്തു വന്നണയുന്ന തിരമാലകൾ. കടൽത്തീരത്ത് അങ്ങ് ദൂരെ അതാ മൂലകക്കൊട്ടാരം ആകാശം മുട്ടെ ഉയർന്നു നില്ക്കുന്നു.

ദീപാലംകൃതമായ കൊട്ടാരം എല്ലാവരെയും മാടിവിളി ക്കുന്നു.

അദിതിയും ശിവാനിയും അൽഫുവും വേഗത്തിൽ നടക്കു കയാണ്. അവർ മൂലകക്കൊട്ടാരത്തിലേക്കാണ് നടന്നു നീങ്ങു ന്നത്.

ആരോ പിന്നിൽനിന്നും കൈകൊട്ടി വിളിക്കുന്നു. അവർ തിരിഞ്ഞുനോക്കി

"ഞങ്ങളും വരുന്നു." അഭിമന്യുവും അർജ്ജുനനനുമാണ്.

"വേഗം വരൂ." അൽഫു വിളിച്ചുപറഞ്ഞു.

അഭിമന്യുവും അർജ്ജുനനും ഓടി അവരോടൊപ്പം ചേർന്നു.

അവർ ഒരുമിച്ചു നീങ്ങി.

അവരുടെ കാല്പാടുകളുടെ നിരകൾ തീരത്തിന് ഭംഗി നല്കി. അവർ കൊട്ടാരത്തിനടുത്തെത്തി. ആധുനിക ആവർത്തനപ്പട്ടിക അവരുടെ മുന്നിൽ നിറഞ്ഞു നില്ക്കുന്നു. അവർ കൗതുകത്തോടെ അതു നോക്കിനിന്നു. കുത്തനെയും വിലങ്ങനെയും നീളുന്ന മുറികൾ. മുറികൾക്ക് പുറത്ത് മൂലക ത്തിന്റെ പ്രതീകങ്ങൾ. ആരുടെ മുറിയാണെന്ന് അതു കണ്ടാല റിയാം.

" അതാ ഒരാൾ അങ്ങ് മുകളിലത്തെ മുറിയിൽനിന്ന് കൈവീ ശുന്നുണ്ടല്ലോ?" ശിവാനി പറഞ്ഞു.

" ഹൈഡ്രജന്റെ മുറിയാണ്. ഹൈഡ്രജനാണല്ലോ അത്."

" അതെ, അതെ. അത് ഹൈഡ്രജനാണ്."

ഹൈഡ്രജൻ താഴേക്ക് വരുന്നെന്ന് ആംഗ്യം കാണിച്ചു. അല്പസമയം കഴിഞ്ഞ് ഹൈഡ്രജൻ താഴെ വന്നു.

" നമസ്കാരം കൂട്ടുകാരെ. ഹൈഡ്രജൻ പറഞ്ഞു."

" നമസ്കാരം. ഞങ്ങൾ നിങ്ങളുടെ കൊട്ടാരം കാണാനിറ ങ്ങിയതാ. ഞങ്ങളുടെ സ്കൂളിലെ സയൻസ് ക്ലബ് പ്രവർത്തക രാണ് ഞങ്ങൾ."

" വളരെ സന്തോഷം. മൂലകങ്ങൾക്ക് വേണ്ടി ഞാൻ നിങ്ങളെ സ്വാഗതം ചെയ്യുന്നു."

ഹൈഡ്രജന്റെ വാക്കുകൾകേട്ട് എല്ലാവരും ചിരിച്ചു. എല്ലാ വരേയും ഹൈഡ്രജൻ പരിചയപ്പെട്ടു. ഹസ്തദാനം ചെയ്തു. കൊട്ടാരത്തിന് പുറത്തെ പൂന്തോട്ടത്തിൽ അവർ ഇരുന്നു. ഓരോ രുത്തരുടെയും വീട്ടുകാര്യങ്ങൾ ഹൈഡ്രജൻ ചോദിച്ചു. സ്കൂൾ വിശേഷങ്ങൾ ചോദിച്ചു.

" ഞങ്ങൾ ആവർത്തനപ്പട്ടികയുടെ 150-ാം വാർഷികം ആച രിച്ചുകൊണ്ടിരിക്കുകയാണ്." അദിതി പറഞ്ഞു.

" നമുക്ക് മുകളിലോട്ട് പോകാം. എല്ലാ ഗ്രൂപ്പുകളിലൂടെയും പീരീഡുകളിലൂടെയും കടന്നുപോകാം. പോകുന്നതിനുമുമ്പ് ചില കാര്യങ്ങൾ ഞാൻ പറയാം. നിങ്ങൾ അതൊക്കെ പഠിച്ചിട്ടാകും വരുന്നതെന്നറിയാം." ഹൈഡ്രജൻ ചില കാര്യങ്ങൾ പറയാൻ

തുടങ്ങി.

"മെൻഡലിയേവാണ് ഞങ്ങൾക്കാദ്യം എല്ലാവർക്കും സ്വീകാ രൃമായ കൊട്ടാരം നിർമ്മിച്ച് തന്നത്. അത് സംഭവിച്ചത് 1869 മാർച്ചിലാണ്. ശാസ്ത്രം പുരോഗമിച്ചപ്പോൾ ഹെൻറി മോസ്ലി ഞങ്ങളുടെ കൊട്ടാരം വികസിപ്പിച്ചു. അതാണ് ആധുനിക ആവർത്തനപ്പട്ടിക. ഇപ്പോൾ ഞങ്ങൾ താമസിക്കുന്നത് ആധു നിക ആവർത്തനപ്പട്ടികയിലാണ്."

"മെൻഡലിയേവിന്റെ ആവർത്തന നിയമം നിങ്ങൾക്കറിയാം. മൂലകങ്ങളുടെ അറ്റോമിക ഭാരത്തിന്റെ അടിസ്ഥാനത്തിലാണ് മെൻഡലിയേവ് ആവർത്തനനിയമം. മോസ്ലി പുതിയ ആവർത്തന നിയമം പ്രസ്താവിച്ചു. അതാണ് ആധുനിക ആവർത്തന നിയമം."

"എന്താണത്? നിങ്ങൾക്കറിയാം."

" മൂലകങ്ങളുടെ ഭൗതികവും രാസികവുമായ ഗുണങ്ങൾ അവയുടെ അറ്റോമിക സംഖ്യയുടെ ആവർത്തനഫലനങ്ങളാണ്." എല്ലാവരും ഒരേ സ്വരത്തിൽ പറഞ്ഞു.

"മെൻഡലിയേവിന്റെ കാലത്ത് അറ്റോമിക ഭാരത്തെക്കുറിച്ചു മാത്രമേ അറിവുണ്ടായിരുന്നുള്ളൂ. അറ്റോമിക സംഖ്യ പിന്നീട് വന്ന ആശയമാണ്. എങ്ങനെയാണ് മോസ്ലി ഇങ്ങനെയൊരാ ശയത്തിൽ എത്തിച്ചേർന്നത്?"

"മോസ്ലി മൂലകങ്ങളുടെ എക്സ് രശ്മിപഠനം നടത്തി. 1913-14 വർഷം. അന്നാണ് പഠനം നടന്നത്. ആ പഠനത്തിൽ അദ്ദേഹം എത്തിച്ചേർന്ന നിഗമനമെന്താണ്? അറ്റോമിക ഭാരമല്ല അറ്റോമിക സംഖ്യയാണ് മൂലകങ്ങളുടെ ഗുണധർമ്മങ്ങൾക്ക് അടിസ്ഥാനം. അതൊരു പുതിയ ആശയമായിരുന്നു. "

"മോസ്ലി എന്താ ചെയ്തത്?"

"മോസ്ലി അറ്റോമിക സംഖ്യയുടെ ആരോഹണക്രമത്തിൽ മൂലകങ്ങളെ അടുക്കി. മെൻഡലിയേവിന്റെ പട്ടികയിൽ അടി സ്ഥാന മാറ്റങ്ങളുണ്ടായില്ല. എന്നാൽ അത് വിപുലീകരിക്കപ്പെട്ടു. മെൻഡലിയേവിന്റെ ആവർത്തനപ്പട്ടികയിലെ ദോഷങ്ങൾ ഇല്ലാ തായി."

"നിങ്ങൾക്കറിയാം അയൊഡിന്റെ അറ്റോമിക മാസ് 126.9 ആണ്. ടെല്ലൂറിയത്തിന്റേത് 127.6. അറ്റോമിക ഭാരത്തിന്റെ ആരോഹണക്രമമനുസരിച്ച് മുമ്പേ വരേണ്ടത് അയൊഡിനാണ്. അതിനു ശേഷം ടെല്ലൂറിയം വരണം. പക്ഷേ, ടെല്ലൂറിയം അയൊഡിന് മുമ്പേ വന്നു. ഇത് മെൻഡലിയേവിന്റെ പട്ടികയുടെ ഒരു ദോഷ വശമായിരുന്നു. ആധുനിക ആവർത്തനപ്പട്ടികയിൽ ഇത്തരം ദോഷങ്ങൾ ഇല്ലാതായി."

"ടെല്ലൂറിയത്തിന്റെ അറ്റോമികസംഖ്യ 52. അയൊഡിന്റെ അറ്റോമികസംഖ്യ 53. അറ്റോമിക സംഖ്യയുടെ ആരോഹണക്രമ ത്തിലാകുമ്പോൾ ടെല്ലൂറിയം കഴിഞ്ഞേ അയൊഡിൻ വരുക യുള്ളൂ."

" 1943 ൽ ഗ്ലെൻ റ്റി സീബോർഗ് അമരിഷ്യവും ക്യൂറിയവും കണ്ടുപിടിച്ചു. വലിയൊരു പ്രതിസന്ധി അന്നുണ്ടായി. അവയുടെ സ്ഥാനത്തെക്കുറിച്ച് സംശയങ്ങളുയർന്നു വന്നു. പ്രശ്നം പരി ഹരിക്കാൻ സാധിച്ചു. 1945 ൽ ലാന്തനൈഡു ശ്രേണിക്കു താഴെ ആക്ടിനൈഡു ശ്രേണി എന്ന ഒരു പുതിയ ശ്രേണി നിർദ്ദേശി ക്കപ്പെട്ടു. അതിൽ അമരിഷ്യത്തിനും ക്യൂറിയത്തിനും സ്ഥാനം നല്കി."

" അത് ശരിയായ നിർദ്ദേശമായിരുന്നോ?"

" അത് ശരിയായ നിർദ്ദേശമായിരുന്നുവെന്ന് മൂലകങ്ങളെ ബ്ലോക്കുകളായി ക്രമീകരിച്ചപ്പോൾ ബോദ്ധ്യമായി."

" ഞങ്ങളുടെ കൊട്ടാരത്തിനെ ബ്ലോക്കുകളായിട്ടാണ് തിരി ച്ചിട്ടുള്ളത്. നിങ്ങൾക്കറിയാം ആറ്റങ്ങളിൽ ഷെല്ലുകളും, ഉപ ഷെല്ലുകളും, ഓർബിറ്റലുകളുമുണ്ടെന്ന്."

"s, p, d, f എന്നിവയാണ് ഉപഷെല്ലുകൾ. ഇവയ്ക്ക് ഓർബി റ്റലുകളും ഉണ്ട്. ഇലക്ട്രോൺ കേന്ദ്രീകരണം കൂടുതലുള്ള ഇട ങ്ങളാണ് ഓർബിറ്റലുകൾ. ഏത് ഉപഷെല്ലിലാണോ ഇലക്ട്രോൺ പൂരണം നടക്കുന്നത് അതിന്റെ അടിസ്ഥാനത്തിലാണ് ബ്ലോക്ക് തിരിക്കൽ."

"നാല് ബ്ലോക്കുകൾ ഉണ്ട്. അല്ലേ?" അദിതി ചോദിച്ചു. ഹൈഡ്രജൻ രൂപരേഖ കാണിച്ചുകൊണ്ട് പറഞ്ഞു.

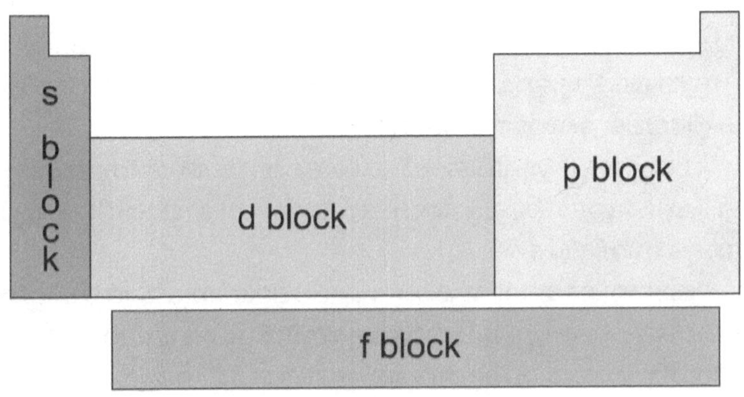

അദിതിയും കൂട്ടുകാരും കണ്ട രൂപരേഖ

"അതെ s, p, d, f എന്നിങ്ങനെ നാല് ബ്ലോക്കുകൾ."

" s ബ്ലോക്ക് എന്നുപറയുമ്പോൾ s ഉപഷെല്ലിൽ നിറഞ്ഞു കൊണ്ടിരിക്കുന്നവ.'s' ഉപഷെല്ലിന് പരമാവധി 2 ഇലക്ട്രോണു കൾ ഉൾക്കൊള്ളാൻ പറ്റും. അങ്ങനെയെങ്കിൽ s ബ്ലോക്കിൽ 2 ഗ്രൂപ്പുകൾ ഉണ്ടാകും. 's' ഉപഷെല്ലിൽ ഒരു ഇലക്ട്രോൺ ഉള്ള മൂലകങ്ങളുടെ ഒരു കൂട്ടം. 's' ഉപഷെല്ലിൽ രണ്ട് ഇലക്ട്രോണു കൾ ഉള്ളവയുടെ മറ്റൊരു കൂട്ടം.

"p ബ്ലോക്കിൽ അപ്പോൾ ആറ് ഗ്രൂപ്പുകൾ ഉണ്ടാകും. അല്ലേ? കാരണം p ഉപഷെല്ലിന് പരമാവധി ആറ് ഇലക്ട്രോണു കൾ ഉൾക്കൊള്ളാൻ കഴിയും. അപ്പോൾ ഉപഷെല്ലിൽ ഒരു ഇലക്ട്രോൺ ഉള്ളവ, രണ്ട് ഉള്ളവ എന്നിങ്ങനെ ആറുവരെ. ഞാൻ പറഞ്ഞത് ശരിയല്ലേ." അഭിമന്യു പറഞ്ഞു.

" അങ്ങനെയെങ്കിൽ d, f എന്നീ ബ്ലോക്കുകളെക്കുറിച്ചും പറ യാമല്ലോ." ഹൈഡ്രജൻ ചോദിച്ചു.

"d ബ്ലോക്കിൽ 10 ഗ്രൂപ്പുകൾ. കാരണം d ഉപഷെല്ലിൽ പത്ത് ഇലക്ട്രോണുകളെ ഉൾക്കൊള്ളാൻ കഴിയും."

"f ബ്ലോക്കിൽപ്പെടുന്നവരുടെ f ഉപഷെല്ലിലാണ് ഇല ക്ട്രോൺ പൂരണം നടക്കുന്നത്. f ഉപഷെല്ലിന് 14 ഇലക്ട്രോണു കളെ ഉൾക്കൊള്ളാൻ കഴിയുന്നതുകൊണ്ട് 14 മൂലകങ്ങളുടെ നിര യുണ്ടാകും." ഹൈഡ്രജൻ വിശദീകരിച്ചു.

"നമുക്കിനി കൊട്ടാരം സന്ദർശിക്കാൻ പോകാം. ആദ്യം നമുക്ക് s ബ്ലോക്കിൽ കയറാം. എന്നോടൊപ്പം വന്നോളൂ."

ഇതുകേട്ട് എല്ലാവരും ഹൈഡ്രജനോടൊപ്പം കൊട്ടാരത്തിന്റെ മുകളിലേക്ക് കയറാൻ തുടങ്ങി.

പുതുതായി മൂലകങ്ങൾ കണ്ടെത്തിയാൽ അവർക്കെല്ലാം പട്ടികയിൽ ഇടം കിട്ടും. അതാണ് ആധുനിക ആവർത്തനപ്പട്ടി കയുടെ സവിശേഷത.

"കൂട്ടത്തിൽ മറ്റൊരു കാര്യം കൂടി പറയാനുണ്ട്. ആവർത്തന പ്പട്ടിക ഒരു കാര്യം വ്യക്തമാക്കുന്നുണ്ട്. ഹൈഡ്രജൻ മുതൽ യുറേനിയം വരെ പ്രകൃതിദത്ത മൂലകമാണ്. ഹൈഡ്രജനാണ് പട്ടികയിലെ ആദ്യമൂലകം. യുറേനിയം തൊണ്ണൂറ്റിരണ്ടാമത്തെ മൂലകമാണ്. പ്രകൃതിദത്തമായ ഒന്നാമത്തെ മൂലകമായ ഹൈഡ്ര ജനും തൊണ്ണൂറ്റിരണ്ടാമത്തെ മൂലകമായ യുറേനിയത്തിനുമിട യിൽ കണ്ടുപിടിക്കാൻ ഇനി ഒരു മൂലകവും ഇല്ല എന്ന കാര്യം ആവർത്തനപ്പട്ടിക നമ്മെ ഓർമ്മപ്പെടുത്തുന്നു."

"യുറേനിയം കഴിഞ്ഞ് വരുന്നതെല്ലാം മനുഷ്യനിർമ്മിത മൂല കങ്ങളാണ്. ട്രാൻസ്‌യുറാനിക് മൂലകങ്ങൾ - Transuranic Elements എന്നും വിളിക്കാം." ഹൈഡ്രജൻ പറഞ്ഞു.

"ഞങ്ങളിപ്പോൾ 118 പേരുണ്ട് ഈ കൊട്ടാരത്തിൽ. 113, 115, 117, 118 എന്നീ അറ്റോമിക സംഖ്യ ഉള്ളവർക്ക് ഈ അടുത്ത കാലത്താണ് മുറികൾ ലഭിച്ചത്. അതോടെ ഏഴാം പീരിഡ് നിറഞ്ഞു. ഇവരെക്കുറിച്ച് IUPAC യുടെ സ്ഥിരീകരണം ലഭിച്ച തോടെയാണ് ഇവർക്ക് മുറികൾ ലഭിച്ചതും ഏഴാം പീരിഡ് നിറ ഞ്ഞതും."

"ഇവരുടെ പേരുകൾ?" ശിവാനി ചോദിച്ചു.

"ഇവയെല്ലാം പരീക്ഷണശാലയിൽ കൃത്രിമമായി സൃഷ്ടി ക്കപ്പെട്ടവയാണ്."

ഹൈഡ്രജൻ തന്റെ കൈയിലിരിക്കുന്ന ഏഴാംപീരിഡിലെ 110 മുതൽ 118 വരെ അറ്റോമിക സംഖ്യകളുള്ള മൂലകങ്ങളുടെ

110	111	112	113	114	115	116	117	118
Ds	Rg	Cn	Nh	Fl	Mc	Lv	Ts	Og

പട്ടിക അവരെ കാണിച്ചുകൊണ്ട് അതിലെ മൂലകങ്ങളെ അദിതിക്കും കൂട്ടുകാർക്കും പരിചയപ്പെടുത്താൻ ശ്രമിച്ചു.

"113-ാമത്തെ മൂലകത്തിന്റെ നാമം നിഹോനിയം - Nihonium പ്രതീകം Nh. 115-ാമത്തെ മൂലകം മോസ്കോവിയം - Moscovium പ്രതീകം Mc. ടെന്നെസിൻ - Tennessine എന്നത് 117- ാമനാണ്. അതിന്റെ പ്രതീകം Ts. 118 അറ്റോമികസംഖ്യയുള്ള മൂലകം ഓഗാനെസൻ - Oganesson അതിന്റെ പ്രതീകം എന്തായിരിക്കും?"

"Og" ശിവാനി പറഞ്ഞു.

"ശരിയാണ്."

ഹൈഡ്രജനോടൊപ്പം അദിതിയും കൂട്ടരും s ബ്ലോക്കിലെത്തി.

ആദ്യം അവർ ഒന്നാം ഗ്രൂപ്പിലാണ് കയറിയത്. കയറുംമുമ്പ് ഹൈഡ്രജൻ പറഞ്ഞു.

"ഞാൻ ഒരു വാതകം. ഒരു ലോഹമല്ല. പക്ഷേ, ഇവർ ആൽക്കലി ലോഹങ്ങളാണ്. എന്നെ ആ കൂട്ടത്തിൽ പെടുത്തിയതിനു കാരണം എന്താണ്? എനിക്ക് ഒരു ഇലക്ട്രോൺ മാത്രം. അത് s ഉപഷെല്ലിലാണ്.

"എന്നെപ്പോലെ മറ്റൊരാൾ കൂടിയുണ്ട്. ഹീലിയം. അദ്ദേഹം p ബ്ലോക്കിൽ പൂജ്യം ഗ്രൂപ്പിലാണ്. അദ്ദേഹത്തിന് രണ്ട് ഇലക്ട്രോൺ ഉണ്ടെന്ന് നിങ്ങൾക്കറിയാം. അവ രണ്ടും s ഉപഷെല്ലിലാണ്. എന്നുപറഞ്ഞാൽ അദ്ദേഹം യഥാർത്ഥത്തിൽ s ബ്ലോക്കിൽപ്പെടുന്ന ആളാണ്."

ഒന്നാം ഗ്രൂപ്പിൽ എത്തിയപ്പോൾ ഗ്രൂപ്പിലെ എല്ലാ കുടുംബാംഗങ്ങളും അവരെ കാണാനെത്തി. ഓരോരുത്തരെയും പരിചയപ്പെട്ടു.

ലിഥിയം, സോഡിയം, പൊട്ടാസ്യം, റുബീഡിയം, സീസിയം, ഫ്രാൻസിയം എന്നിവർ ക്രമത്തിൽ നിരന്നുനിന്ന് അവർക്ക് ഹസ്തദാനം നല്കി. അവരെല്ലാം ഒരേ ഗ്രൂപ്പിലാണ്. എന്നാൽ വ്യത്യസ്ത പീരിഡുകളിലാണ് വരുന്നത്.

"ഞങ്ങളുടെ ബാഹ്യഷെല്ലിൽ ഒരു ഇലക്ട്രോൺ ഉണ്ട്. അത് s ഉപഷെല്ലിലാണ്." ലിഥിയം പറഞ്ഞു.

ഞങ്ങൾ മൃദുലലോഹങ്ങളാണ്. തിളക്കമുള്ളവരാണ്. പെട്ടെന്ന് മുറിവേല്ക്കുന്നവരാണ്. വായുവിലെ ഓക്സിജനുമായി ചേരും. ജലവുമായി പ്രവർത്തിക്കും. അതുകൊണ്ട് എണ്ണയിൽ മുങ്ങിക്കിടക്കുന്നവരാണ് ഞങ്ങൾ." സോഡിയം സവിശേഷത കൾ പറയാൻ ശ്രമിച്ചു.

അദിതിയും കൂട്ടരും ആൽക്കലിലോഹങ്ങളോട് യാത്ര പറഞ്ഞ് രണ്ടാം ഗ്രൂപ്പിലെത്തി.

"ഇവർ ആൽക്കലൈൻ എർത്ത് ലോഹങ്ങളാണ്."ഹൈഡ്ര ജൻ പറഞ്ഞു.

അവരെ പ്രതീക്ഷിച്ച് രണ്ടാം ഗ്രൂപ്പിലെ കുടുംബാംഗങ്ങൾ അവിടെ കാത്തു നില്ക്കുന്നുണ്ടായിരുന്നു.

ബെരില്ല്യം, മഗ്നീഷ്യം, കാത്സ്യം, സ്ട്രോൺഷിയം, ബേരി യം, റേഡിയം എന്നിവരെ അവർ പരിചയപ്പെട്ടു.

"ആൽക്കലിലോഹങ്ങളും, ആൽക്കലൈൻ എർത്ത് ലോഹ ങ്ങളും ഉൾപ്പെടുന്നതാണ് s ബ്ലോക്കെന്ന് മനസ്സിലായി." അഭി മന്യു പ്രതികരിച്ചു.

"ഞങ്ങൾ ആറു പേരുണ്ട്. ഞങ്ങൾ ഉയർന്ന ലോഹീയ സ്വഭാവം കാണിക്കുന്നവരാണ്. വൈദ്യുതവാഹികളാണ്. തീരെ മൃദുവല്ല. ഗ്ലാസിൽ പോറലേല്പിക്കാൻ കഴിയും.

സാന്ദ്രത കുറവാണെങ്കിലും ദ്രവണനിലയും, തിളനിലയു മൊക്കെ ഉയർന്നതാണ്." ബെരില്ല്യം പൊതുസവിശേഷതകൾ വിവരിച്ചു.

"ഞങ്ങൾ ഭൂമിയിൽ സ്വതന്ത്രരായി കാണപ്പെടുന്നവരല്ല." കാത്സ്യം പറഞ്ഞു.

"ഞാൻ റേഡിയോ ആക്ടീവ് ആണ്. എന്റെ ന്യൂക്ലിയസ് സ്വാഭാവികമായി വിഘടിപ്പിച്ച് ചില കിരണങ്ങളെ പുറത്തു

വിടും." റേഡിയം പറഞ്ഞു.

"നിങ്ങൾക്ക് ഹരിതകത്തെക്കുറിച്ചറിയാമല്ലോ. മഗ്നീഷ്യം ഹരിതക തന്മാത്രയിൽ കാണുന്ന ലോഹമാണ്. കാത്സ്യം നിങ്ങ ളുടെ എല്ലുകളുടെയും പല്ലുകളുടെയും വളർച്ചയ്ക്ക് ആവശ്യ മാണ്." ഹൈഡ്രജൻ കൂട്ടിച്ചേർത്തു.

"ഞങ്ങളുടെ ബാഹ്യപഥമേഖലയിൽ രണ്ട് ഇലക്ട്രോണു കൾ ഉണ്ട്. അവ രണ്ടും s ഉപഷെല്ലിലാണ്. ആൽക്കലിലോഹ ങ്ങളിലും ആൽക്കലൈൻ എർത്ത് ലോഹങ്ങളിലും ഇലക്ട്രോൺ പൂരണം നടക്കുന്നത് s ഓർബിറ്റലിലാണ്. അതാണ് ഞങ്ങൾ രണ്ടു കൂട്ടരും s ബ്ലോക്കിൽ വരാൻ കാരണം.

s ബ്ലോക്കിനോട് യാത്ര പറഞ്ഞ് അവർ p ബ്ലോക്കിലേക്കാണ് പോയത്. കൊട്ടാരത്തിന്റെ വലതുഭാഗത്താണ് p ബ്ലോക്ക് മൂലക ങ്ങൾ.

ഹൈഡ്രജൻ തന്റെ കൈയിലിരുന്ന ബ്ലോക്ക് രൂപരേഖ അദിതിയെയും കൂട്ടരെയും കാണിച്ചു.

"ഇതിൽ ഹീലിയംപെടുന്നത് s ബ്ലോക്കിലാണെന്ന് നേരത്തേ പറഞ്ഞല്ലോ. എന്നാലും p ബ്ലോക്കിൽ പൂജ്യഗ്രൂപ്പിനോടൊപ്പമാണ് ചേർത്തിരിക്കുന്നത്. ഹൈഡ്രജൻ വിശദാംശങ്ങൾ നല്കാൻ തുടങ്ങി.

"13 മുതൽ 18 വരെ ഗ്രൂപ്പുകളാണ് p ബ്ലോക്കിൽ വരുന്നത്. p ബ്ലോക്ക് മൂലകങ്ങളിൽ ബാഹ്യപഥമേഖലയിലെ p ഉപഷെല്ലിലെ ഓർബിറ്റുകളിലാണ് ഇലക്ട്രോൺ പൂരണം നടക്കുന്നത്."

s ബ്ലോക്കിലേയും p ബ്ലോക്കിലേയും മൂലകങ്ങളെ പൊതു വിൽ പ്രാതിനിധ്യമൂലകങ്ങൾ – Representative Elements എന്നാണ് വിളിക്കുന്നത്. ഓരോ ഗ്രൂപ്പിലും പീരിയഡുകളിലും ഇവ ഗുണങ്ങളിൽ ക്രമാനുഗതമായ പ്രവണതകൾ കാണിക്കു ന്നു. അതുകൊണ്ടാണ് ഇവയെ പ്രാതിനിധ്യമൂലകങ്ങൾ എന്നു വിളിക്കുന്നത്." തുടർന്ന് ഹൈഡ്രജൻ ഓരോ കുടുംബക്കാരെയും ഗ്രൂപ്പിനെ ബന്ധപ്പെടുത്തി പരിചയപ്പെടുത്താൻ തുടങ്ങി.

"ബോറോൺ കുടുംബം 13-ാം ഗ്രൂപ്പിലാണ്.

കാർബൺ കുടുംബം വസിക്കുന്നത് 14-ാം ഗ്രൂപ്പിലാണ്. നൈട്രജൻ കുടുംബം 15-ാം ഗ്രൂപ്പിലും ഓക്സിജൻ കുടുംബം

16–ാം ഗ്രൂപ്പിലുമാണ്. 17–ാം ഗ്രൂപ്പ് ഹാലജൻ കുടുംബമാണ്.

18–ാം ഗ്രൂപ്പിൽ പൂജ്യം ഗ്രൂപ്പ് മൂലക കുടുംബമാണ്. അവയെ ഉൽകൃഷ്ട മൂലകങ്ങളെന്നും വിളിക്കാറുണ്ട്.''

തുടർന്ന് അവർ ഓരോ കുടുംബ ത്തെയും സന്ദർശി ക്കാൻ പോയി.

വളരെ സന്തോ ഷകരമായ നിമിഷ ങ്ങൾ.

ലോഹങ്ങളും

p block

13	14	15	16	17	18
					2 He
5 B	6 C	7 N	8 O	9 F	10 Ne
13 Al	14 Si	15 P	16 S	17 Cl	18 Ar
31 Ga	32 Ge	33 As	34 Se	35 Br	36 Kr
49 In	50 Sn	51 Sb	52 Te	53 I	54 Xe
81 Tl	82 Pb	83 Bi	84 Po	85 At	86 Rn
113 Nh	114 Fl	115 Mc	116 Lv	117 Ts	118 Og

അലോഹങ്ങളും ഉപലോഹങ്ങളും ചേർന്ന p ബ്ലോക്ക് കുടുംബ ങ്ങൾ. ഖരം, ദ്രാവകം, വാതകം തുടങ്ങിയ അവസ്ഥകൾ. വൈവി ദ്ധ്യങ്ങളുടെ ലോകം. ലോഹങ്ങളുടെയും അലോഹങ്ങളുടെയും സ്വഭാവങ്ങൾ ഉൾക്കൊള്ളുന്ന ഉപലോഹങ്ങൾ.

"അതാ നോക്കൂ...

പരിചിതലോഹങ്ങളായ അലൂമിനിയം, ടിൻ, ലെഡ്.

പരിചിതഉപലോഹങ്ങളായ സിലിക്കോൺ, ജെർമ്മേനിയം.

കാർബണിക രസതന്ത്രത്തിലെ നായകൻ കാർബൺ. ഹീലിയം, നിയോൺ, ആർഗോൺ തുടങ്ങിയ ഉൽകൃഷ്ടവാതക ങ്ങൾ.

പരിചിതവാതകങ്ങളായ നൈട്രജൻ, ഓക്സിജൻ.

ഫ്ലൂറിൻ, ക്ലോറിൻ, ബ്രോമിൻ, അയൊഡിൻ തുടങ്ങിയ ഹാല ജനുകൾ." അദിതി തുള്ളിച്ചാടി.

"ഗാലിയം, ഇൻഡിയം, താലിയം എന്നിവയും ലോഹങ്ങളുടെ

കൂട്ടത്തിൽപ്പെടും." അൽഫ പറഞ്ഞു.

"p ബ്ലോക്കിലെ ലോഹങ്ങൾക്ക് തിളക്കമുണ്ട്. നല്ല താപവൈ ദ്യുതവാഹികളാണ്. ഉയർന്ന തിളനില ഉണ്ട്. രാസപ്രവർത്തന വേളയിൽ ഇലക്ട്രോണുകളെ വിട്ടുകൊടുക്കും." അലൂമിനിയം ഓർമ്മിപ്പിച്ചു.

"ലെഡ്, ആർസനിക്, താലിയം എന്നീ ലോഹങ്ങൾക്ക് താര തമ്യേന ഭാരം കൂടുതലാണ്. അലൂമിനിയം ഭാരം കുറഞ്ഞ ലോഹ മാണ്." ഹൈഡ്രജൻ കൂട്ടിച്ചേർത്തു.

"ഞങ്ങൾ ഉപലോഹങ്ങളാണ് വൈദ്യുതിയെ ഭാഗികമായി കടത്തിവിടും. സെമികണ്ടക്ടർ എന്നാ വിളിക്കുന്നത്. ഞങ്ങൾക്ക് ഏറെ പ്രിയമുണ്ട്." ജർമ്മേനിയവും സിലിക്കോണും ചൂണ്ടിക്കാ ണിച്ചു.

"ഇവർ മാത്രമല്ല ഞങ്ങളുമുണ്ട് ഉപലോഹങ്ങളുടെ കൂട്ട ത്തിൽ." ബോറോൺ, ആർസനിക്, ആന്റിമണി, ടെലൂറിയം എന്നീ ഉപലോഹങ്ങളും ജർമ്മേനിയത്തോടും സിലിക്കോണിനോടും ചേർന്നുനിന്നു.

"ഇവർ ആറുപേരാണ് യഥാർത്ഥ ഉപലോഹങ്ങൾ. എന്നാൽ ചില അപൂർവ്വ സന്ദർഭങ്ങളിൽ അലൂമിനിയം, കാർബൺ, സെലീ നിയം, പൊളോണിയം, അസ്റ്റാറ്റിൻ എന്നിവരെയും ഉപലോഹ ങ്ങളുടെ കൂട്ടത്തിൽ പെടുത്താറുണ്ട്.." നൈട്രജൻ പറഞ്ഞു.

പുതിയ മൂലകങ്ങൾ അവരുടെ ചുറ്റുംകൂടി. നിഹോനിയം, മോസ്കോവിയം, ടെന്നസിൻ, ഒഗാനെസൻ എന്നിവരൊപ്പം ഫ്ളറോവിയം, ലിവർ മോറിയവും ഉണ്ടായിരുന്നു.

അവർ അവരുടെ കഥകൾ പറയാൻ തുടങ്ങി.

"പ്രകൃതിയിൽ കാണാത്തവരാണ് ഞങ്ങൾ. മനുഷ്യനിർമ്മിത ങ്ങളാണ്. പരീക്ഷണശാലയിൽ പിറവികൊള്ളുന്ന ഞങ്ങ ഏതാനും നിമിഷങ്ങൾക്കകം ഇല്ലാതാകും. ശാസ്ത്രജ്ഞന്മാർ ഞങ്ങളെക്കുറിച്ച് പഠിച്ചുകൊണ്ടിരിക്കുകയാണ്. ഞങ്ങൾക്ക് ഗ്രൂപ്പു കൾ നിർദ്ദേശിച്ചിട്ടുണ്ട്. ഞങ്ങൾ വന്നതോടെ ഏഴാമത്തെ പീരിഡ് നിറഞ്ഞു."

ഓരോ ഗ്രൂപ്പിലും അവർ കയറിയിറങ്ങി.

വലിപ്പത്തിൽ ഏറ്റവും ചെറിയ ആറ്റമുള്ള ഫ്ളൂറിനുമായി

സംസാരിച്ചിരുന്നപ്പോൾ നേരം പോയതറിഞ്ഞില്ല. ദ്രാവകരൂപ മുള്ള ബ്രോമിനുമായി സംസാരിച്ചു. ഉൽകൃഷ്ടവാതകങ്ങളുടെ കൂട്ടത്തിൽ ഹീലിയമാണ് മറ്റ് കുടുംബാംഗങ്ങളെ പരിചയപ്പെടു ത്തിയത്. ഹൈഡ്രജൻ ഉൾപ്പെടുന്ന s ബ്ലോക്കിലാണ് ഹീലിയം ഉൾപ്പെടേണ്ടത്. പക്ഷേ, പൊതുസ്വഭാവങ്ങൾ ഉൽകൃഷ്ടവാതക ങ്ങളെപ്പോലെയാണ്. ഹൈഡ്രജനും ഹീലിയവും ഏറ്റവും ഭാരം കുറഞ്ഞ മൂലകങ്ങളായതുകൊണ്ട് തന്നെ അവർ വലിയ ചങ്ങാ തിമാരാണ്. നിയോണും, ആർഗോണും ചേർന്ന് ഗ്രൂപ്പിലെ പുതിയ അംഗമായ ഒഗാനെസനെ പരിചയപ്പെടുത്തി.

ഭൂമിയുടെ അന്തരീക്ഷ വായുവിലെ പ്രമുഖ വാതകമൂലക ങ്ങളായ നൈട്രജൻ, ഓക്സിജൻ എന്നിവരൊപ്പം ചില ചർച്ച കൾ നടന്നു. കാർബണും ഒപ്പം കൂടി. പ്രധാനമായും ചർച്ച ചെയ്തത് ഭൂമിയുടെ അന്തരീക്ഷ മലിനീകരണവും, ആഗോള താപനവുമായിരുന്നു. ഇത്തരം പ്രശ്നങ്ങൾമൂലമുണ്ടാകുന്ന കാലാവസ്ഥ വ്യതിയാനങ്ങളും അതു വഴി ഉണ്ടാകുന്ന പ്രകൃതി ദുരന്തങ്ങളും കാർബൺ ചൂണ്ടിക്കാട്ടി.

സയൻസ് ക്ലബ്ബിന്റെ നേതൃത്വത്തിൽ കാലാവസ്ഥാവ്യതി യാനങ്ങളെക്കുറിച്ചും പ്രകൃതി ദുരന്തങ്ങളെക്കുറിച്ചും ചർച്ച നട ക്കണമെന്ന് ഓക്സിജൻ പറഞ്ഞു.

"എല്ലാത്തിനും കാരണം മനുഷ്യന്റെ അത്യാർത്തിയാണ്. ലാഭേച്ഛയാണ്." ശിവാനി പറഞ്ഞു.

"കാലാവസ്ഥ വ്യതിയാനങ്ങൾ, പ്രകൃതി ദുരന്തങ്ങൾ, പരി സ്ഥിതി സൗഹൃദവികസന കാഴ്ചപ്പാടുകൾ, പ്രകൃതിദുരന്ത മാനേജ്മെന്റ് തുടങ്ങിയ കാര്യങ്ങൾ പാഠപുസ്തകത്തിൽ ഉൾപ്പെ ടുത്തണം." നൈട്രജൻ തന്റെ ആശയം മുന്നോട്ട് വച്ചു.

'p' ബ്ലോക്കിനോട് നന്ദി പറഞ്ഞ് അദിതിയും സംഘവും 'd' ബ്ലോക്കിലേക്ക് നടന്നു. 'd' ബ്ലോക്ക് വളരെ വിശാലമാണ്. 's' ബ്ലോക്കിനും 'p' ബ്ലോക്കിനും ഇടയിലാണ് 'd' ബ്ലോക്കിന്റെ സ്ഥാനം. അതായത് രണ്ടാംഗ്രൂപ്പിനും 13-ാം ഗ്രൂപ്പിനും ഇടയിലെ ഗ്രൂപ്പുകൾ.

ഹൈഡ്രജൻ തന്റെ കൈയിലുള്ള രേഖാചിത്രം അദിതി യെയും കൂട്ടുകാരേയും കാണിച്ചുകൊണ്ട് വിശദീകരണം നല്കാൻ

d block

3	4	5	6	7	8	9	10	11	12
21 Sc	22 Ti	23 V	24 Cr	25 Mn	26 Fe	27 Co	28 Ni	29 Cu	30 Zn
39 Y	40 Zr	41 Nb	42 Mo	43 Tc	44 Ru	45 Rh	46 Pd	47 Ag	48 Cd
57 La	72 Hf	73 Ta	74 W	75 Re	76 Os	77 Ir	78 Pt	79 Au	80 Hg
89 Ac	104 Rf	105 Db	106 Sg	107 Bh	108 Hs	109 Mt	110 Ds	111 Rg	112 Cn

ശ്രമിച്ചു.

"ബാഹ്യപഥമേഖല എന്താണെന്ന് നിങ്ങൾക്കറിയാം. അതിനുതൊട്ട് ഉള്ളിലുള്ള ഷെല്ലിനെ സങ്കല്പിക്കുക. ആ ഷെല്ലിന് പെനൽട്ടിമേറ്റ് ഷെൽ എന്നു വിളിക്കാം. 'd' ബ്ലോക്ക് മൂലകങ്ങളിൽ പെനൽട്ടിമേറ്റ് ഷെല്ലിലെ 'd' ഉപഷെല്ലിലാണ് ഇല ക്ട്രോൺ പൂരണം നടക്കുന്നത്. അതായത് $(n-1)d$ ഉപഷെല്ലിൽ n എന്നത് ഏറ്റവും പുറത്തെ ഷെല്ലിന്റെ എണ്ണം."

"d ബ്ലോക്ക് മൂലകങ്ങളെ സംക്രമണ മൂലകങ്ങൾ – Transition Elements എന്നു വിളിക്കാറില്ലേ?" അഭിമന്യു ചോദിച്ചു.

" അതെ. s ബ്ലോക്കിൽനിന്നും p ബ്ലോക്കിലേക്ക് പോകു മ്പോൾ ഇടയ്ക്കുവരുന്ന മൂലകങ്ങളാണല്ലോ d ബ്ലോക്ക് മൂലക ങ്ങൾ. ഇവയ്ക്ക് ചില ക്രമമായ പരിവർത്തനങ്ങൾ വരുന്നുണ്ട്.

" s ബ്ലോക്ക് ലോഹങ്ങളുണ്ടല്ലോ, അവ വിദ്യുത്ധനമൂലക ങ്ങളാണ്. ഇലക്ട്രോണുകളെ വിട്ടുകൊടുക്കുന്ന ശീലമുള്ളതു കൊണ്ടാണ് അവയെ അങ്ങനെ വിളിക്കുന്നത്."

'p' ബ്ലോക്ക് മൂലകങ്ങൾ ബഹുഭൂരിപക്ഷം പേരും അലോ ഹങ്ങളാണ്. ഇലക്ട്രോണുകൾ സ്വീകരിക്കുന്ന സ്വഭാവമുള്ളവ യാണ്. അവ അതുകൊണ്ട് വിദ്യുത്ഋണ മൂലകങ്ങളാണ്."

"ലോഹങ്ങളിൽനിന്ന് അലോഹങ്ങളിലേക്ക് അല്ലെങ്കിൽ വിദ്യുത്ധന മൂലകങ്ങളിൽനിന്നും വിദ്യുത്ധനഋണ മൂലകങ്ങ ളിലേക്കുള്ള പരിവർത്തനം നടക്കുന്നത് 'd' ബ്ലോക്ക് മൂലകങ്ങ

ലിലൂടെയാണ്. അതുകൊണ്ടാണ് അവയെ സംക്രമണ മൂലകങ്ങൾ എന്ന് വിളിക്കുന്നത്. പത്ത് ഗ്രൂപ്പുകൾ നമുക്ക് ഇവിടെ കാണാം." ഹൈഡ്രജൻ വിശദീകരിച്ചു.

"ചിത്രത്തിൽ 4, 5, 6, 7 പീരീഡുകളിലാണല്ലോ അവ കാണുന്നത്."

"ശരിയാണ്. ഇവയെ ശ്രേണികളായിട്ടാണ് തരംതിരിച്ചിരിക്കുന്നത്.

"ഏതൊക്കെയാണവ?"

"മൂന്നാം പീരീഡിൽ 3 മുതൽ 12 വരെയുള്ള ഗ്രൂപ്പുകളിൽ ഇടത്തുനിന്നും വലത്തോട്ടു നോക്കൂ. എത്ര മൂലകങ്ങളെ കാണാം.?

പത്തുമൂലകങ്ങൾ അല്ലേ?" ഹൈഡ്രജൻ ചോദിച്ചു.

"അറ്റോമിക സംഖ്യ 21 ഉള്ള സ്ക്കാൻഡിയം മുതൽ അറ്റോമിക സംഖ്യ 30 ഉള്ള സിങ്ക് വരെ" ശിവാനി പറഞ്ഞു.

"അതെ. ഇവർ ഒരു ശ്രേണിയാണ്. ഇവയെ 3d ശ്രേണിയെന്നു വിളിക്കും. എന്തുകൊണ്ടായിരിക്കും?"

ഇവയ്ക്ക് നാലു ഷെല്ലുകൾ ഉണ്ട്. പെനൽട്ടിമേറ്റ് ഷെൽ ആയ മൂന്നാംഷെല്ലിലെ 'd' ഉപഷെല്ലിലാണ് ഇലക്ട്രോൺ പൂരണം നടക്കുന്നത് അതുകൊണ്ടായിരിക്കും അല്ലേ? ശിവാനി ഉത്തരം പറയാൻ ശ്രമിച്ചു.

"ശരിയാണ്" ഹൈഡ്രജൻ പറഞ്ഞു.

"ഇനി 4d ശ്രേണിയുണ്ട്. വിശദീകരിക്കാമോ?

"നാലാം പീരീഡിലെ ഇട്രിയം മുതൽ കാഡ്മിയം വരെയുള്ള മൂലകങ്ങളാണ് 4d ശ്രേണി. ഇവയ്ക്ക് അഞ്ച് ഷെല്ലുകൾ ഉണ്ട്. ഇവയിൽ നാലാം ഷെല്ലിലെ 'd' ഉപഷെല്ലിലാണ് ഇലക്ട്രോൺ പൂരണം നടക്കുന്നത്." അർജ്ജുൻ വിശദമാക്കി.

"നന്നായി."

"ഇനി 5d ശ്രേണിയുണ്ട്. എന്താണത്?"

"ആറാമത്തെ പീരീഡിൽ ലാൻഥനം മുതൽ മെർക്കുറി വരെയുള്ള മൂലകങ്ങളാണ് 5d ശ്രേണി. ഈ മൂലകങ്ങൾക്ക് ആറ് ഷെല്ലുകൾ ഉണ്ട്. ഇവയിൽ പെനൽട്ടിമേറ്റ് ഷെല്ലായ അഞ്ചാം

ഷെല്ലിലെ 'd' ഉപഷെല്ലിലാണ് ഇലക്ട്രോൺ പൂരണം നടക്കു
ന്നത്." അഭിമന്യു പറഞ്ഞു.

"അതാ ഇനി ഒരെണ്ണം കൂടി ഇല്ലേ?" അദിതി ചോദിച്ചു.

"ശരിയാണ് ഏഴാം പീരീഡിൽ ഒരു ശ്രേണികൂടിയുണ്ട്.
അവർക്ക് ഏഴ് ഷെല്ലുകൾ ഉണ്ട്. അതിൽ ആറാമത്തെ ഷെല്ലിലെ
'd' ഉപഷെല്ലുകളിലാണ് ഇലക്ട്രോൺ പൂരണം നടക്കുന്നത്."

"അപ്പോൾ അവരെ 6d ശ്രേണിയെന്നു വിളിക്കാം. അല്ലേ?"

"അതെ." ഹൈഡ്രജൻ പറഞ്ഞു.

അടുത്തകാലത്താണ് ഏഴാം പീരീഡ് നിറഞ്ഞത്. അക്കാര്യം
ഞാൻ നേരത്തേ സൂചിപ്പിച്ചുവല്ലോ. അറ്റോമിക സംഖ്യ 104
മുതൽ 118 വരെയുള്ള മൂലകങ്ങൾ കണ്ടുപിടിച്ചതോടെ ഏഴാം
പീരീഡ് നിറഞ്ഞു. അതു വരെ ഏഴാം പീരീഡിൽ അപൂർണ്ണ
ശ്രേണിയായി നില്ക്കുകയായിരുന്നു 6d ശ്രേണി."

"ഇവരുടെ പൊതുവായ സ്വഭാവങ്ങൾ എന്തൊക്കെയാണ്?"

"സംക്രമണ മൂലകങ്ങളെല്ലാം തന്നെ ലോഹങ്ങളാണ്.
അവർക്ക് ഉയർന്ന സാന്ദ്രതയും, ദൃഢതയുമുണ്ട്. ഉയർന്ന ദ്രവ
ണനിലയും തിളനിലയുമുണ്ട്. ലോഹദ്യുതിയുണ്ട്. താപവാഹി
കളും വൈദ്യുതവാഹികളുമാണ്. അടിച്ചുപരത്താവുന്നതും കമ്പി
കളാക്കാവുന്നതുമാണ്."

"ഇനിയുമുണ്ട് സവിശേഷതകൾ. ഇവ നിറമുള്ള ലവണങ്ങൾ
ഉണ്ടാക്കും. പൊട്ടാസ്യം പെർമാംഗനേറ്റ് ലായനിയുടെ നിറം
നിങ്ങൾക്കറിയാമല്ലോ. കോപ്പർ സൾഫേറ്റിന് നീല നിറം
അങ്ങനെ പലതും. ഇവരിൽ ചിലർ രാസത്വരകമായും പ്രവർ
ത്തിക്കും. സ്ഥിരമായ മാറ്റത്തിന് വിധേയനാകാതെ ഒരു രാസപ്ര
വർത്തനത്തിന്റെ വേഗതയിൽ മാറ്റം വരുത്തുന്നവരാണ് രാസ
ത്വരകങ്ങൾ എന്ന് നിങ്ങൾ പഠിച്ചിട്ടുണ്ട്.

വ്യത്യസ്ത ഓക്സീകരണാവസ്ഥ മറ്റൊരു സവിശേഷത
യാണ്. ഇവ ലോഹസങ്കരങ്ങൾ ഉണ്ടാക്കും. സിങ്കും കോപ്പറും
ചേർന്ന് ബ്രാസ് അല്ലെങ്കിൽ പിത്തള എന്ന ലോഹ സങ്കരം ഉണ്ടാ
കുന്നു. കോപ്പറും ടിന്നും ചേർന്നാലോ? ബ്രോൺസ് ഉണ്ടാകും."

"മത്സരങ്ങളിൽ പങ്കെടുക്കുമ്പോൾ നല്കുന്ന സ്വർണ്ണം,

വെള്ളി, ഓട് മെഡലുകൾ സംക്രമണമൂലകങ്ങളുടെ സംഭാവന കളാണെന്ന് പറയാം. അല്ലേ?" അൽഫു ചോദിച്ചു.

"നല്ല നിരീക്ഷണമാണല്ലോ അത്." ഹൈഡ്രജൻ അൽഫു വിനെ അഭിനന്ദിച്ചു.

"സിങ്കിനും കാഡ്മിയത്തിനും മെർക്കുറിക്കും ഒരു പ്രത്യേ കതയുണ്ട്.

"എന്താണത്?"

"അവയുടെ d സബ്ഷെല്ലിൽ അതിനുൾക്കൊള്ളാവുന്നത്ര എണ്ണം ഇലക്ട്രോണുകൾ ഉണ്ട്. അതായത് പത്ത് ഇലക്ട്രോ ണുകൾ. അത് പൂർണ്ണമായും നിറഞ്ഞിരിക്കുന്നു."

"അതുകൊണ്ടെന്താ?"

"അവയെ സംക്രമണ മൂലകങ്ങളായി പരിഗണിക്കുന്നില്ല." d ഉപഷെല്ല് അപൂർണ്ണമായി നിറഞ്ഞിരിക്കുമ്പോഴാണ് സംക്ര മണമൂലകങ്ങൾ എന്ന പദവി ലഭിക്കുന്നത്. ഇങ്ങനെ നോക്കു മ്പോൾ സിങ്ക്, കാഡ്മിയം, മെർക്കുറി എന്നിവർ സംക്രമണ മൂല കങ്ങളല്ല. അവയ്ക്ക് താരതമ്യേന ദൃഢത കുറവാണ്. മെർക്കുറി ദ്രാവകാവസ്ഥയിലാണല്ലോ. എന്നാലും അവ സംക്രമണ മൂലക ങ്ങളുടെ ചില സ്വഭാവങ്ങൾ കാണിക്കുന്നതുകൊണ്ട് അവയെയും സംക്രമണ മൂലകങ്ങളിൽ ഉൾപ്പെടുത്തിയാണ് പഠിക്കുന്നത്." ഹൈഡ്രജൻ നല്കിയ വിവരണങ്ങളിൽ തൃപ്തി തോന്നിയപ്പോൾ അവർ സംക്രമണമൂലകങ്ങളുടെ ഗ്രൂപ്പുകൾ സന്ദർശിക്കുവാൻ പോയി. പരിചിതങ്ങളായ ധാരാളം മൂലകങ്ങൾ അവിടെ ഉണ്ടാ യിരുന്നു. ഇരുമ്പ്, മെർക്കുറി, മാംഗനീസ്, സിങ്ക്, ടൈറ്റാനിയം, സ്വർണ്ണം, പ്ലാറ്റിനം തുടങ്ങിയ ലോഹങ്ങളെ അവർ വേഗം തിരി ച്ചറിഞ്ഞു.

'd' ബ്ലോക്ക് സന്ദർശനം കഴിഞ്ഞ് 'f' ബ്ലോക്കിലേക്ക് ഇറ ങ്ങിവന്നു.

"ഇനിയൊരല്പം വിശ്രമം." ഹൈഡ്രജൻ പറഞ്ഞു.

ഹൈഡ്രജനു ചുറ്റും എല്ലാവരുമിരുന്നു. ഓരോ ബ്ലോക്കിലും പോയ അനുഭവങ്ങൾ അവർ പരസ്പരം പങ്ക് വച്ചു.

വിശ്രമത്തിനുശേഷം വീണ്ടും ചർച്ചയിലേക്ക് കടന്നു. ഹൈഡ്രജൻ 'f' ബ്ലോക്കിന്റെ രേഖാചിത്രം എടുത്ത് അവരെ

f block

58 Ce	59 Pr	60 Nd	61 Pm	62 Sm	63 Eu	64 Gd	65 Tb	66 Dy	67 Ho	68 Er	69 Tm	70 Yb	71 Lu
90 Th	91 Pa	92 U	93 Np	94 Pu	95 Am	96 Cm	97 Bk	98 Cf	99 Es	100 Fm	101 Md	102 No	103 Lr

കാണിച്ചു.

"എവിടെയായിരിക്കും f ബ്ലോക്കിലെ മൂലകങ്ങളിൽ ഇല ക്ട്രോൺ പൂരണം നടക്കുന്നത്?"

"f ഉപഷെല്ലിലായിരിക്കും. അതുകൊണ്ടാകും 'f' ബ്ലോക്ക് എന്ന് പേര് വന്നത്." അൽഫു പറഞ്ഞു.

"ശരിയാണ് f ഉപഷെൽ തുടർച്ചയായി നിറഞ്ഞുകൊണ്ടിരി ക്കും. പക്ഷേ, ഒരു കാര്യമുണ്ട് ആന്റിപെനൽട്ടിമേറ്റ് ഷെല്ലിലെ 'f' സബ്ഷെല്ലിലാണ് ഇലക്ട്രോൺ പൂരണം നടക്കുന്നത്. ബാഹ്യ പഥമേഖലയ്ക്കുള്ളിൽ തൊട്ടടുത്ത ഷെല്ലാണല്ലോ പെനൽട്ടിമേറ്റ് ഷെൽ. അതിനുള്ളിലുള്ള ഷെല്ലാണ് ആന്റിപെനൽട്ടിമേറ്റ് ഷെൽ. ബാഹ്യപഥമേഖലയുടെ എണ്ണം 'n' ആണെങ്കിൽ (n-2) ആന്റി പെനൽട്ടിമേറ്റ് ഷെൽ. അതിനെ സങ്കല്പിക്കൂ. 'f' ബ്ലോക്ക് മൂല കങ്ങളെ അന്തർസംക്രമണമൂലകങ്ങൾ – Inner Transition Elements എന്നാണ് വിളിക്കുന്നത്. വിലങ്ങനെ രണ്ട് നിരകളെ കാണാം. ഒന്നാം നിരയ്ക്ക് ലാന്ഥനൈഡ് ശ്രേണി എന്നാണ് പേര് നല്കിയിട്ടുള്ളത്. ലാന്ഥനോയിഡുകൾ എന്നും വിളിക്കും. അറ്റോമിക സംഖ്യ 58 ൽ തുടങ്ങി 71 വരെയുള്ള മൂലകങ്ങൾ ഇതിൽപ്പെടും. ലാന്ഥനം കഴിഞ്ഞുവരുന്ന 14 മൂലകങ്ങളാണവ."

"അതായത് സീരിയം മുതൽ ലുട്ടീഷ്യം വരെ അല്ലേ?" ശിവാനി ചൂണ്ടിക്കാണിച്ചു.

"രണ്ടാം ശ്രേണി ആക്ടിനൈഡ് ശ്രേണിയാണ്. അതായത് തോറിയം മുതൽ ലാറൻസിയം വരെ. അറ്റോമിക സംഖ്യ 90 മുതൽ 103 വരെയുള്ള മൂലകങ്ങൾ. ആക്ടിനിയം കഴിഞ്ഞു വരുന്ന പതിനാലു മൂലകങ്ങൾ." ഹൈഡ്രജൻ വിശദീകരണം തുടർന്നു.

ലാന്ഥനൈഡ് ശ്രേണിയിലെ മൂലകങ്ങൾക്ക് ആറ് ഷെല്ലു

കൾ ഉണ്ട്. ഇതിൽ നാലാമത്തെ ഷെല്ലിലെ f ഉപഷെല്ലിലാണ് ഇലക്ട്രോൺ പൂരണം നടക്കുന്നത്. അതായത് 4f ഉപഷെല്ലിൽ.

"ആക്ടിനൈഡ് ശ്രേണിയിലെ മൂലകങ്ങൾക്ക് ഏഴ് ഷെല്ലുകളാണ് ഉള്ളത്. ഇതിൽ അഞ്ചാമത്തെ ഷെല്ലിലെ f ഉപഷെല്ലിലാണ് ഇലക്ട്രോൺ പൂരണം നടക്കുന്നത്. അതായത് 5f ൽ."

'f' ഉപഷെല്ലിന് 14 ഇലക്ട്രോണുകൾ ഉൾക്കൊള്ളാൻ കഴിയും. അതുകൊണ്ട് ഓരോ ശ്രേണിയിലും 14 മൂലകങ്ങൾ വീതം ഉണ്ടാകും." ഹൈഡ്രജന്റെ വിശദീകരണം കൗതുകത്തോടെ എല്ലാവരും കേട്ടിരുന്നു.

"ഇവരുടെ ബ്ലോക്കിന് മുഖ്യകെട്ടിടത്തിന് താഴെ മാറി ഇടം നല്കിയിരിക്കുന്നതെന്തുകൊണ്ടാണ്?" അദിതിയാണ് ചോദ്യം മുന്നയിച്ചത്.

"നല്ല ചോദ്യമാണത്. എന്താണ് അവരെ മാറ്റിപാർപ്പിച്ചിരിക്കുന്നതെന്ന് നമുക്ക് പരിശോധിക്കാം."

ഹൈഡ്രജൻ വിശദീകരിക്കാൻ തുടങ്ങി.

"മെൻഡലിയേവ് ആവർത്തനപ്പട്ടിക രൂപീകരിക്കുമ്പോൾ ഈ മൂലകങ്ങളെ കണ്ടെത്തിയിരുന്നില്ല. അടുത്തകാലത്താണ് ഇവരെയൊക്കെ കണ്ടെത്തിയത്. 1879 ൽ യുറേനിയം കണ്ടെത്തി. 1961 ലാണ് ലാറൻസിയം എന്ന മൂലകത്തെ കണ്ടെത്തിയത്."

നമുക്കറിയാം 'f' ബ്ലോക്ക് മൂലകങ്ങളിൽ അവയുടെ പെനൽട്ടിമേറ്റ് ഷെല്ലിലെ 'f' ഉപഷെല്ലിലാണ് ഇലക്ട്രോൺ പൂരണം നടക്കുന്നതെന്ന്.

f ബ്ലോക്കിലെ ഓരോ ശ്രേണിയിലേയും മൂലകങ്ങൾ തമ്മിൽ ഗുണധർമ്മങ്ങളിൽ മറ്റു ബ്ലോക്കുകളെ അപേക്ഷിച്ച് വലിയ സാദൃശ്യങ്ങൾ പ്രദർശിപ്പിക്കുന്നു. ഒരേ ശ്രേണിയിലുള്ളവർ ഒരേ മുറിയിൽവരേണ്ട തരത്തിലുള്ള സാദൃശ്യത. എന്നാൽ d ബ്ലോക്ക് മൂലകങ്ങളുമായി ഗുണധർമ്മങ്ങളിൽ സാദൃശ്യങ്ങൾ കാണുന്നതുമില്ല. d ബ്ലോക്ക് മൂലകങ്ങളുമായി മാത്രമല്ല s ബ്ലോക്കിലേയോ p ബ്ലോക്കിലേയോ മൂലകങ്ങളുമായും ഗുണധർമ്മങ്ങളിൽ സാദൃശ്യമില്ല. അപ്പോൾ ഇവർക്ക് എവിടെ ഇടം നല്കും? ശാസ്ത്ര ജ്ഞന്മാരെ വല്ലാതെ കുഴച്ച ഒരു പ്രശ്നം."

"f ബ്ലോക്കിലെ 28 പേരെ ആവർത്തനപ്പട്ടികയിലെ മുഖ്യ കെട്ടിടത്തിൽ ഇടം നല്കാൻ പറ്റാത്ത അവസ്ഥ. അറ്റോമികസം ഖ്യയുടെ ആരോഹണക്രമത്തിൽ 'd' ബ്ലോക്കിനൊപ്പം ചേർത്താൽ ആവർത്തനപ്പട്ടിക വല്ലാതെ വിസ്തൃതമാകും. ആവർത്തനപ്പട്ടിക വായിച്ചെടുക്കാൻ ബുദ്ധിമുട്ട് നേരിടും. ശാസ്ത്രജ്ഞർ തിരിച്ച റിഞ്ഞു.

"മൂന്ന് കാര്യങ്ങൾ അവർ പരിഗണിച്ചു. ആവർത്തനപ്പട്ടിക നല്ല രൂപത്തിൽ തന്നെ നിലനില്ക്കണം. അത് വിസ്തൃതമാകാൻ പാടില്ല. സങ്കീർണ്ണമാകാൻ പാടില്ല. എളുപ്പം വായിച്ചെടുക്കാൻ കഴിയണം. ഭാവിയിൽ കൂടുതൽ മൂലകങ്ങൾ കണ്ടെത്തുമ്പോൾ അവയെ ഉൾക്കൊള്ളാൻ കഴിയുന്നതാകണം.

ഇക്കാര്യങ്ങൾ പരിഗണിച്ച് ആവർത്തനപ്പട്ടികയുടെ കെട്ടുറ പ്പിനെ ബാധിക്കാതെ തന്നെ f ബ്ലോക്കിലെ മൂലകങ്ങളെ ആവർത്തനപ്പട്ടികയ്ക്ക് താഴെ പ്രത്യേക ഇടം നല്കുകയാണ് ചെയ്തത്.

"അന്തർ സംക്രമണമൂലകങ്ങളുടെ ശ്രേണികൾ തമ്മിൽ വ്യത്യാസങ്ങൾ ഉണ്ടോ?" അദിതി ചോദിച്ചു.

"ഈ രണ്ട് ശ്രേണിയിലുമുള്ളവർ ലോഹങ്ങളാണ്. അപ്പോൾ അവ വിദ്യുത്ധന മൂലകങ്ങളാണല്ലോ. രണ്ട് ശ്രേണിയിലുള്ള വർക്കും ഉയർന്ന വിദ്യുത്ധനത ഉണ്ട്. എന്നാൽ ആക്ടിനൈ ഡുകൾക്ക് ലാഥനൈഡുകളേക്കാൾ ക്രിയാശീലം കൂടുതലുണ്ട്.

"മൂലകങ്ങൾ തമ്മിൽ ഗുണധർമ്മങ്ങളിൽ ഏറ്റവും സാദൃ ശ്യം പ്രകടിപ്പിക്കുന്നത് ലാൻഥനൈഡുകൾ ആണ്."

"ലാൻഥനം എന്ന മൂലകം 'd' ബ്ലോക്കിലാണെങ്കിലും ഗുണ ധർമ്മങ്ങളിൽ കൂടുതൽ സാദൃശ്യം 'f' ബ്ലോക്കിലെ ലാൻഥനൈ ഡുകളോടായതുകൊണ്ട് അവർക്കൊപ്പം അതിനെ ചേർത്തു വയ്ക്കാറുമുണ്ട്."

"ആക്ടിനിയത്തെയും ഇതുപോലെ ആക്ടിനൈഡു കൾക്കൊപ്പം 'f' ബ്ലോക്കിൽ ചേർത്ത് പറയാറുണ്ട്."

"രണ്ട് കൂട്ടരും മറ്റൊരു പേരിലും അറിയപ്പെടുന്നുണ്ട്. റേർ എർത്ത് മെറ്റൽസ് - Rare Earth Metals – എന്ന പേരിൽ."

ഹൈഡ്രജൻ 'f' ബ്ലോക്ക് മൂലകങ്ങളെ പരിചയപ്പെടുത്തിക്കഴി
ഞ്ഞപ്പോൾ അവരെ കാണാൻ അദിതിക്കും കൂട്ടുകാർക്കും കൊതി
യായി.

ഇടതുനിന്ന് വലത്തോട്ട് രണ്ട് ശ്രേണികളിലും അവർ കയ
റിയിറങ്ങി.

"ലാഥനൈഡുകൾ പ്രകൃതിദത്ത ലോഹങ്ങളാണ്. പക്ഷേ,
ആക്ടിനൈഡുകൾ യുറേനിയം കഴിഞ്ഞു വരുന്നവർ മനുഷ്യ
നിർമ്മിത മൂലകങ്ങളാണ്. ആക്ടിനൈഡുകൾ പൊതുവിൽ
റേഡിയോ ആക്ടീവത പ്രദർശിപ്പിക്കുന്നവരാണ്." ഹൈഡ്രജൻ
ചൂണ്ടിക്കാട്ടി.

അവർ 'f' ബ്ലോക്ക് മൂലകങ്ങളോട് യാത്ര പറഞ്ഞ് ഇറങ്ങി.
എല്ലാ മൂലകങ്ങളും കൈവീശി അവരെ യാത്രയാക്കി.

അദിതിയും കൂട്ടരും സന്തോഷത്തോടെ വിടപറഞ്ഞു. മൂലക
കൊട്ടാരം വിട്ടുപോകുന്നതിനുള്ള വിഷമവും അവരുടെ
മുഖങ്ങളിൽ നിഴലിച്ചു.

ക്ലോറിനും സോഡിയവും, ലിഥിയവും താഴേക്കിറങ്ങി വന്നു
ഹൈഡ്രജനോടൊപ്പം ചേർന്നു. യാത്ര അയക്കാൻ അവരും അദി
തിക്കും കൂട്ടുകാർക്കുമൊപ്പം പുറത്തേക്കിറങ്ങി. കടലിന്റെ ഇര
മ്പൽ. മണൽപ്പുറത്ത് വീഴുന്ന കാല്പാടുകൾ. കുളിർക്കാറ്റ്. മഴ
നിലാവ്. ആകാശത്ത് അവരെ നോക്കി ചിരിക്കുന്ന നക്ഷത്രങ്ങൾ.

അദിതി തന്റെ സ്വപ്നം ആവോളം ആസ്വദിച്ചു കിടക്കുക
യായിരുന്നു. പെട്ടെന്നവൾ ഉണർന്നു. അവൾ കട്ടിലിൽ എഴു
ന്നേറ്റിരുന്നു.

"ശിവാനിയും അൽഫുവും അർജ്ജുനനും അഭിമന്യുവും
എവിടെപ്പോയി? എവിടെ മൂലക കൊട്ടാരം?

ഞങ്ങളോടൊപ്പം വന്ന ക്ലോറിനും സോഡിയവും ഹൈഡ്ര
ജനുമെവിടെപ്പോയി?"

പെട്ടെന്നവൾ യാഥാർത്ഥ്യത്തിലേക്ക് തിരിച്ചു വന്നു. കുറച്ചു
സമയം കഴിഞ്ഞ് അവൾ കിടന്നു. സ്വപ്നത്തിൽ കണ്ട കാര്യ
ങ്ങൾ അവൾ ചിന്തിച്ചുകിടന്നു.

ഉറക്കത്തിൽ വീണ്ടും അതേ സ്വപ്നം. കടലിന്റെ ഇരമ്പൽ.

തണുത്ത കാറ്റ്. കടപ്പുറത്ത് അങ്ങ് ദൂരെ കണ്ണുംനട്ട് നിലാവിൽ കുളിച്ച് അദിതിയും കൂട്ടുകാരും മൂലകങ്ങൾക്കൊപ്പം ഇരിക്കുക യാണ്.

"ഞങ്ങൾ ഇന്നിപ്പോൾ ആധുനിക ആവർത്തനപ്പട്ടികയി ലാണ് വസിക്കുന്നത്. ഞങ്ങൾക്ക് ആദ്യം മൂലക കൊട്ടാരം നിർമ്മിച്ച് തന്നത് ദിമിത്രി മെൻഡലിയേവാണ്." ഹൈഡ്രജൻ പറഞ്ഞു.

എല്ലാവരുടെയും മനസ്സിൽ മെൻഡലിയേവിന്റെ ചിത്രം തെളിഞ്ഞു വന്നു. അങ്ങ് ദൂരെ ചക്രവാള സീമയിൽ അവർ മിഴി കൾ നട്ടിരുന്നു. അവിടെ മെൻഡലിയേവിന്റെ ചിത്രം തെളിഞ്ഞു വന്നു.

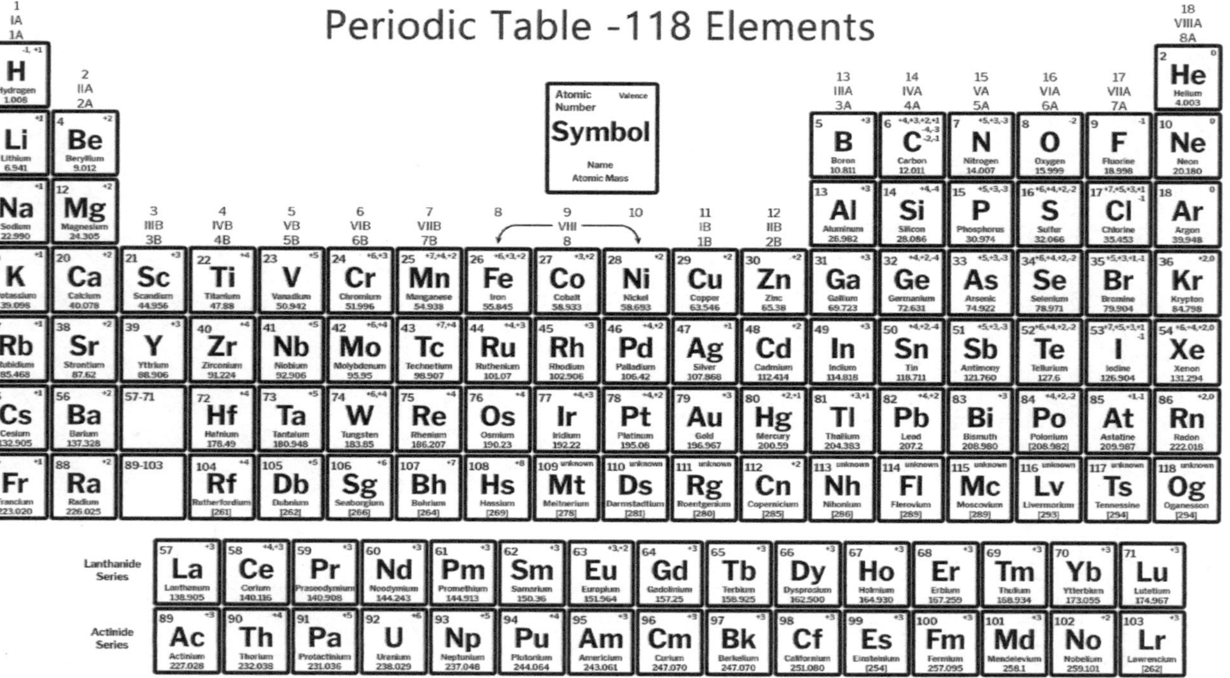

Periodic Table -118 Elements

Legend: Atomic Number / Valence / Symbol / Name / Atomic Mass

1 IA 1A	2 IIA 2A	3 IIIB 3B	4 IVB 4B	5 VB 5B	6 VIB 6B	7 VIIB 7B	8 VIII 8	9 VIII	10 VIII	11 IB 1B	12 IIB 2B	13 IIIA 3A	14 IVA 4A	15 VA 5A	16 VIA 6A	17 VIIA 7A	18 VIIIA 8A
1 H Hydrogen 1.008																	2 He Helium 4.003
3 Li Lithium 6.941	4 Be Beryllium 9.012											5 B Boron 10.811	6 C Carbon 12.011	7 N Nitrogen 14.007	8 O Oxygen 15.999	9 F Fluorine 18.998	10 Ne Neon 20.180
11 Na Sodium 22.990	12 Mg Magnesium 24.305											13 Al Aluminum 26.982	14 Si Silicon 28.086	15 P Phosphorus 30.974	16 S Sulfur 32.066	17 Cl Chlorine 35.453	18 Ar Argon 39.948
19 K Potassium 39.098	20 Ca Calcium 40.078	21 Sc Scandium 44.956	22 Ti Titanium 47.88	23 V Vanadium 50.942	24 Cr Chromium 51.996	25 Mn Manganese 54.938	26 Fe Iron 55.845	27 Co Cobalt 58.933	28 Ni Nickel 58.693	29 Cu Copper 63.546	30 Zn Zinc 65.38	31 Ga Gallium 69.723	32 Ge Germanium 72.631	33 As Arsenic 74.922	34 Se Selenium 78.971	35 Br Bromine 79.904	36 Kr Krypton 84.798
37 Rb Rubidium 85.468	38 Sr Strontium 87.62	39 Y Yttrium 88.906	40 Zr Zirconium 91.224	41 Nb Niobium 92.906	42 Mo Molybdenum 95.95	43 Tc Technetium 98.907	44 Ru Ruthenium 101.07	45 Rh Rhodium 102.906	46 Pd Palladium 106.42	47 Ag Silver 107.868	48 Cd Cadmium 112.414	49 In Indium 114.818	50 Sn Tin 118.711	51 Sb Antimony 121.760	52 Te Tellurium 127.6	53 I Iodine 126.904	54 Xe Xenon 131.294
55 Cs Cesium 132.905	56 Ba Barium 137.328	57-71	72 Hf Hafnium 178.49	73 Ta Tantalum 180.948	74 W Tungsten 183.85	75 Re Rhenium 186.207	76 Os Osmium 190.23	77 Ir Iridium 192.22	78 Pt Platinum 195.08	79 Au Gold 196.967	80 Hg Mercury 200.59	81 Tl Thallium 204.383	82 Pb Lead 207.2	83 Bi Bismuth 208.980	84 Po Polonium [208.982]	85 At Astatine 209.987	86 Rn Radon 222.018
87 Fr Francium 223.020	88 Ra Radium 226.025	89-103	104 Rf Rutherfordium [261]	105 Db Dubnium [262]	106 Sg Seaborgium [266]	107 Bh Bohrium [264]	108 Hs Hassium [269]	109 Mt Meitnerium [278]	110 Ds Darmstadtium [281]	111 Rg Roentgenium [280]	112 Cn Copernicium [285]	113 Nh Nihonium [286]	114 Fl Flerovium [289]	115 Mc Moscovium [289]	116 Lv Livermorium [293]	117 Ts Tennessine [294]	118 Og Oganesson [294]

Lanthanide Series:

57 La Lanthanum 138.905	58 Ce Cerium 140.116	59 Pr Praseodymium 140.908	60 Nd Neodymium 144.243	61 Pm Promethium 144.913	62 Sm Samarium 150.36	63 Eu Europium 151.964	64 Gd Gadolinium 157.25	65 Tb Terbium 158.925	66 Dy Dysprosium 162.500	67 Ho Holmium 164.930	68 Er Erbium 167.259	69 Tm Thulium 168.934	70 Yb Ytterbium 173.055	71 Lu Lutetium 174.967

Actinide Series:

89 Ac Actinium 227.028	90 Th Thorium 232.038	91 Pa Protactinium 231.036	92 U Uranium 238.029	93 Np Neptunium 237.048	94 Pu Plutonium 244.064	95 Am Americium 243.061	96 Cm Curium 247.070	97 Bk Berkelium 247.070	98 Cf Californium 251.080	99 Es Einsteinium [254]	100 Fm Fermium 257.095	101 Md Mendelevium 258.1	102 No Nobelium 259.101	103 Lr Lawrencium [262]